AF764686

HÁT CHO NGƯỜI TỊ NẠN

HÁT CHO NGƯỜI TỊ NẠN
Hồi ký - Truyện ngắn
NGUYỄN ĐỨC NAM

Trình bày bìa: Uyên Nguyên Trần Triết
Hình ở bìa sau: Hàng ngàn đồng bào đi theo Khánh Ly và Ngọc Anh đến nơi trình diễn
Dàn trang: Hoàng Hà

Nhà xuất bản Nhân Ảnh 2026
ISBN: 9798348584887

XIN CẢM TẠ:
Thượng Đế,
Trời,
Tam Bảo,
Người,
Đời...

Nguyễn Đức Nam
tháng tư-hai-không-hai-sáu

Kính dâng Tứ Thân Phụ Mẫu.

Tặng **Quang-Thụy** và **Kim-Nga**.

Cho các con: **Nguyễn-Đức Thụy-Nam**,
Nguyễn Thiên-Nga Christina.

Cho các cháu: **Jared Daniel Nguyễn, Rachel Nguyễn**,
Tyler Đức Trần.

Chân thành cám ơn **Đồng Môn CVA Thomas Lương**.

Đặc biệt tri ân **JULIA NUESSLE** & **NINA NIHEM**/ Trier-Altstadt, Germany.

NGUYỄN ĐỨC NAM

HÁT *cho* NGƯỜI TỊ NẠN

HỒI KÝ - TRUYỆN NGẮN

NHÂN ẢNH
2026

NGUYỄN ĐỨC NAM

TÁC GIẢ và TÁC PHẨM

*Sinh tại Bạch Mai, Hà-Nội năm 1941, theo học trường Tiểu Học Quang Trung.

*Di cư vào Nam năm 1954, theo học Trung Học Nguyễn Trãi 1954-1957.

*Học Trung Học CVA 1957-1961: cộng tác với trang Sinh-Viên & Học Sinh của nhật báo Ngôn Luận do GS Trần Trọng San,Nhà Văn Phạm Cao Củng phụ trách. Học nhạc với Nhạc Sĩ Chung Quân và Thiên Phụng.

*Học Đại Học Văn Khoa Saigon 1961-1965: viết truyện dài cho các báo Điện Ảnh, Màn Ảnh, Kịch Ảnh, Tiếng Vang, Sống và cộng tác với nhiều tạp chí văn-nghệ Saigon. Hai Bestsellers là "Những Khuôn Mặt Trẻ" và " Những Thần Tượng Mới".

* Động viên vào khóa 21 BB Thủ Đức 1965, sau khi tốt nghiệp, phục vụ tại Đà Lạt, dậy Việt Văn tại trường bán công Quang Trung và học Trường Chính Trị Kinh Doanh Khóa 5. Bắt đầu sáng tác nhạc.Bản nhạc đầu tay "Ban Đêm Miền Sương Mù" (1967) đã được Khánh Ly trình bầy trên Đài Phát Thanh Đà Lạt, trước khi Khánh Ly hát nhạc TCS.

Nhạc phẩm "Giọng Hát Năm Xưa", phổ thơ Hoàng Anh Tuấn (1970), được các Nhạc Sĩ đàn anh cho là "tuyệt chiêu".

*Sang Hoa-Kỳ tu nghiệp năm 1974, sau 30-4-1975 phục vụ cho Liên Đoàn 96 Dân Sự Vụ của Quân Đội Mỹ tại Fort Chaffee với trách vụ Thông Dịch và Báo Chí, ấn hành nhật báo Tân Dân phát hành trong trại tị nạn. Tổ chức chương trình "Hát Cho Người Tị Nạn" tại Fort Chaffee, Arkansas, với Khánh Ly, Sĩ Phú và Billy Trung.

* Học Quản Trị Khách Sạn tại Đại Học Washington, D.C, 1976, làm Trưởng Phòng Kế Toán cho công ty Hyatt từ 1976-1993, cho công ty Renaissance từ 1993-2000, cho Hilton từ 2000-2014, về hưu năm 2016. Viết loạt bài Phóng Sự "Lá Thư Hoa-Thịnh-Đốn" cho nguyệt san Hồn Việt của Ngọc Hoài Phương từ 1981

* Vào năm 1993, cộng tác với Vũ Bội Quang Khôi, một đồng môn CVA, ấn hành nguyệt san "Ngày Mai" tại CA, phát hành trên toàn quốc.

* Trong thời gian từ 1976-2018 : tổ chức những chương-trình "Hát Cho Người Tị Nạn", "Tình Khúc Mùa Thu, nhạc của NS Đoàn Chuẩn", "Tình Khúc Trường Sa với ca sĩ Lệ Thu & Trần Thái Hòa", "Trình tấu Guitar Đỗ Đình Phương", "Ode To Freedom-Ca Ngợi Tự Do của NS Lê Văn Khoa với dàn nhạc Giao Hưởng Ukraine & Ban Hợp Ca Hoa-Thịnh-Đốn"...

*Vào năm 1993, cộng tác với một số Nhà Văn, Nhà Thơ, Nhà Báo tại Thủ-Đô Hoa-Thịnh-Đốn, ấn hành nguyệt san Văn Phong và vào năm 2000, đồng Chủ Nhiệm với Nhà Thơ Hà Bỉnh Trung, ấn hành nguyệt san Kỷ Nguyên Mới.

* Về hưu, dọn sang CA năm 2019: ấn hành "Tình Khúc Nguyễn Đức Nam", "Khách Sạn Hoa-Thịnh-Đốn do Nhà Xuất Bản Nhân Ảnh phát hành, sẽ in Tiểu Thuyết "Định Mệnh", Tập Truyện Ngắn và "Người Con Gái Hà-Nội".

■ Tác Phẩm của Nguyễn Đức Nam (đã xuất bản)

- NHỮNG THẦN TƯỢNG MỚI (Màn Ảnh xuất bản, 1964).
- NHỮNG KHUÔN MẶT TRẺ (Thứ Tư Truyện Hay, 1966).
- MỘT SÁNG TRONG SƯƠNG (Thái Độ, 1969).
- MƯA TRÊN THUNG LŨNG HỒNG, Nhạc (Ngày Mai, 2004)
- TÌNH KHÚC NGUYỄN ĐỨC NAM (Nhân Ảnh, 2022)
- KHÁCH SẠN HOA-THỊNH-ĐỐN. (Nhân Ảnh, 2023)

Sẽ in

ĐỊNH MỆNH.

NGƯỜI CON GÁI HÀ-NỘI

NGƯỜI YÊU UKRAINA.

HÁT CHO NGƯỜI TỊ NẠN

Hồi ký - phóng sự

■ Aberdeen Proving Ground, MD, 4/23/1975:

Tối 23 tháng 4 năm 1975, tôi đang ở nhà một người bạn thuộc quận Arlington, Virginia thì nhận được điện thoại của Đại Úy Hick từ Văn Phòng Trung Tướng Chỉ Huy Trưởng Trung Tâm Huấn Luyện Aberdeen Proving Ground, gọi về trình diện ngay lập tức.

Tôi về đến trường vào lúc 2 giờ sáng ngày 24 4 1975. Cùng với 5 Sĩ Quan khác, tôi nhận được Sự Vụ Lệnh đi công tác ở Fort Chaffee, tiểu bang Arkansas và phải lên đường ngay tức khắc. Trong Sự Vụ Lệnh không ghi rõ công tác kéo dài bao lâu, chỉ cho biết là các Sĩ Quan vẫn được trả lương như khi còn đang thụ huấn. Xe bus của Bộ Binh Hoa Kỳ đưa chúng tôi ra phi trường Baltimore, đáp chuyến bay 455 của hãng Frontier một hãng máy bay nhỏ, được thuê riêng cho quân nhân và gia đình đến St. Louis, Missouri rồi từ đây, bay đến Fort Chaffee, Arkansas vào lúc 20:36.

Theo lời người Sĩ Quan Hướng Dẫn thì Fort Chaffee là Trung Tâm Huấn Luyện National Guard của Hoa Kỳ, lớn như một thành phố và có thể cung ứng chỗ ở cho hơn hai chục ngàn người. Hiện nay, trung tâm này hoàn toàn bỏ trống, để chính phủ Liên Bang dùng cho chương trình đặc biệt nào đó, đang còn được giữ kín.

Vì trời tối, chúng tôi không thấy nhiều, chỉ thấy những doanh trại ngang dọc, trống trải, như những trại lính đã bỏ hoang từ lâu. Vả lại, phải dậy từ sáng sớm nên giờ này, chúng tôi đã thấy mệt, không quan tâm nhiều đến ngoại cảnh, cũng như những lời người Sĩ Quan Hướng Dẫn vừa nói.

Chúng tôi được đưa đến một khu nhà xây cất khang trang, có bảng chữ "BOQ" (Bachelor Officer Quarter: Cư Xá Sĩ Quan Độc Thân).

Mỗi người trong chúng tôi có một phòng riêng, có bếp, có phòng tắm, có TV, có tủ lạnh, có telephone, rất tiện nghi. Tuy nhiên, sau khi tắm rửa, chúng tôi mở TV để xem tin tức bên nhà, mới biết tất cả TV đều không có hình ảnh.

Chúng tôi thử telephone và giật mình khi biết đường dây điện thoại chưa được nối với tổng đài. Tất cả những khu nhà kế cận đều vắng tanh.

Người Sĩ Quan Mỹ đã đi từ lâu. Chúng tôi quyết định đi ngủ sớm, sáng mai lên Văn Phòng trình diện, sẽ hỏi về vấn đề TV và Điện Thoại.

■ Forth Chaffee, ARK, 4/24/1975:

Việc đầu tiên chúng tôi phải làm ngay sáng nay là lên Văn Phòng Bộ Chỉ Huy Lực Lượng Đặc Biệt tại Fort Chaffee để trình diện. Đại Úy Tân là sĩ quan cao tuổi nhất được chúng tôi đề cử làm Trưởng Toán để trình Sự Vụ Lệnh cũng như để liên lạc với Thiếu Tá Miller, Trưởng Khối Điều Hành.

Sau khi làm đầy đủ thủ tục, chúng tôi được mời sang phòng họp.

Tại đây, chúng tôi được Thiếu Tá Miller cho biết là chúng tôi được Trung Tâm Huấn Luyện Quân Cụ Aberdeen Proving Ground biệt phái xuống Arkansas, phục vụ cho Liên Đoàn 96 Dân Sự Vụ, trong một công tác đặc biệt và tối mật. Vì lý do đó, chúng tôi sẽ không được liên lạc với bên ngoài, không có báo đọc, không được dùng điện thoại, không được xem TV, không được gửi thư cho bất cứ ai.

Chúng tôi có nhiệm vụ dạy những người đầu bếp của quân đội Mỹ cách nấu cơm và thức ăn Việt Nam. Chúng tôi có nhiệm vụ huấn luyện một số Sĩ Quan và Hạ Sĩ Quan Hoa Kỳ viết và đọc tiếng Việt. Dĩ nhiên là những đối thoại thông thường và đặc biệt là phải nhấn mạnh đến phong tục, tập quán, cách xưng hô phức tạp của ngôi thứ trong gia đình, cũng như ngoài xã hội.

Đại Úy Lư, Bắc Kỳ Di Cư 54, dân Hố Nai, là người nấu ăn rất giỏi, thường nấu Phở cho chúng tôi ăn ở Aberdeen, được chúng tôi đề cử dậy mấy anh Chef Cooks Hoa Kỳ nấu cơm Ta.

Đại Úy Tân, già nhất, người miền Trung, lúc nào cũng giảng "moral" như ông Giáo Già, cho làm Giảng Sư Công Dân Giáo Dục, dạy cho Mỹ những bài học Đạo Đức thuộc loại "Quốc Văn Giáo Khoa Thư".

Trung Úy Long, trẻ tuổi yêu đời, "đấu láo" không biết mệt, được đề cử dậy Mỹ "đàm thoại tiếng Việt". Long thích lắm vì luôn luôn dậy Mỹ những "tiếng lóng", làm chúng tôi cười đứt ruột. Tôi tưởng mình thoát nợ, có nghĩa là không phải dạy dỗ gì cả, ai dè, có một anh Hạ Sĩ Quan Mỹ, không biết học tiếng Việt từ hồi nào mà đọc tiểu thuyết Việt Nam rất nhiều, chuyện nào cũng nhớ vanh vách, bây giờ lại muốn học nhạc Việt Nam mới phiền chứ! Muốn học nhạc thì phải có đàn, tôi bảo anh ta như vậy. Anh Hạ Sĩ tên Tom bèn dẫn tôi đến một Thrift Shop trong căn cứ, mua tặng tôi một cây guitar cũ, giá 20 đồng, tình trạng cũng khá tốt.

Từ đó, sau bữa ăn tối, chúng tôi có màn "văn nghệ bỏ túi: Mỹ hát nhạc Việt" cũng đỡ buồn trong lúc xa nhà, xa gia đình, xa quê hương...

Chúng tôi xuống Fort Chaffee đã gần một tuần. Thấy quân nhân Mỹ thuộc ngành Công Binh Kiến Tạo ngày đêm tu sửa doanh trại, chúng tôi nghĩ là sắp có khóa huấn luyện của hàng chục ngàn National Guards.

Nhiều khi chúng tôi cũng thắc mắc không biết tại sao mình lại phải huấn luyện quân nhân Mỹ cách nấu cơm, cách trò truyện, phong tục, tập quán của người Việt Nam.

Mỗi buổi tối, trước khi đi ngủ, chúng tôi hỏi Niên Trưởng Phạm Văn Tân thì Niên Trưởng bảo rằng: "Các cậu đừng có nghĩ tầm bậy tầm bạ. Mỹ sẽ không bỏ mình đâu!"...

■ Fort Smith, Ark. 30/4/1975:

Chúng tôi được lệnh ra phi trường Fort Smith từ tờ mờ sáng. Chúng tôi đi hai xe Jeep với khoảng 10 xe Bus của quân đội Mỹ chạy theo sau.

Sau một tuần cấm trại, hôm nay là lần đầu tiên chúng tôi được thấy thành phố Fort Smith.

Khi đoàn xe vừa ngừng, chúng tôi bước ngay đến mấy sạp báo. Hình ảnh đầu tiên mà chúng tôi thấy trên trang nhất là hình Thiết Giáp của VC tràn vào Dinh Độc Lập, phía trên là một hàng chữ lớn: "Tổng Thống VNCH Dương Văn Minh tuyên bố đầu hàng".

Tôi tưởng mình ngủ mê, nhưng cả một xấp báo đều có hình ảnh, có tựa đề như thế. Tôi cảm thấy lạnh run người. Đầu óc tôi choáng váng, nhức nhối. Tôi nhìn các bạn đồng ngũ. Đại Úy Tân, Đại Đội Trưởng Đại Đội 811 ở Đà Nẵng nhưng vợ con còn ở Huế, thì mắt đỏ hoe. Đại Úy Lư, thuộc Kho Đạn Dược Long Bình, vợ con ở Biên Hòa, đang dán mắt vào tờ báo, khóc thành tiếng. Trung Úy Long, còn độc thân hàng ngày nói liến thoắng, bay giờ im lặng, cúi đầu thở dài. Trung Úy Linh và Trung Úy Hùng, là hai Sĩ Quan thuộc vùng 4 Chiến Thuật thì đang thì thầm với nhau: *"Đ.m, buông súng sao được! Tao nghĩ là vùng 4 không đầu hàng, vùng 4 sẽ là một chiến tuyến mới, sẽ là một chiến khu để quân ta kéo về cố thủ, chờ ngày phản công..."*...

Một chiếc máy bay của hãng Pan Am vừa hạ cánh. Vì Fort Smith Airport là một phi trường nhỏ, phi cơ có thể chạy gần đến phòng đợi nên chúng tôi có thể bước thẳng đến phi cơ để chào đón những hành khách, những đồng bào ruột thịt, những người Việt Tị Nạn đầu tiên đặt chân lên đất Mỹ.

Bây giờ chúng tôi mới biết rõ mục đích của Quân Đội Mỹ khi gửi chúng tôi xuống Fort Chaffee để huấn luyện quân nhân Mỹ về cách sinh sống của người Việt Nam !

Dù đang choáng váng vì tin "buông súng đầu hàng" kia, nhưng chúng tôi vẫn phải cố gắng làm bổn phận chào mừng đồng bào và hướng dẫn đồng bào về Trại Tạm Trú Fort Chaffee.

Trong khi đang trò truyện, thăm hỏi đồng bào, chúng tôi nghe được những lời nói mỉa mai trong đám đông: *"Mẹ kiếp, Tướng Tá còn phải tháo lon, tháo quân phục bỏ chạy, Đại Úy thì nhằm nhò gì mà còn đeo lon với lá ..."*

Chiều hôm ấy, sau khi đã lo chỗ ở, chỗ ăn và cấp phát một số những vật dụng cần thiết cho khoảng trên 300 đồng bào, chúng tôi lên Văn Phòng Thiếu Tá Miller, xin được tháo bỏ cấp bậc Sĩ Quan VNCH trên quân phục. Thiếu Tá Miller đồng ý và làm cho chúng tôi những bảng tên bằng tiếng Mỹ để quân nhân Mỹ xử sự với chúng tôi cho đúng cách.

Thiếu Tá Miller đã từng phục vụ ở VN, trong dịp Mậu Thân 1968, ông tỏ ý rất thông cảm với hoàn cảnh thất lạc gia đình, mất nhà, mất nước, mất cả quân đội của chúng tôi. Trong một Văn Thư gửi cho toàn thể quân nhân Mỹ trong trại Tị Nạn Fort Chaffee, tôi còn nhớ có một đoạn "*The following named Vietnamese Officers is to be accorded all military respects and privileges that are accorded to U.S Army Officers.*"

Ngày lại ngày, chúng tôi ra phi trường đón đồng bào, hướng dẫn, giúp đỡ đồng bào, nhiều khi xuống khu tạm trú, ăn cơm với đồng bào, thay vì ăn ở Câu Lạc Bộ Sĩ Quan.

Ngày lại ngày, chúng tôi hy vọng tìm được tin tức gia đình qua những người quen biết từ các trại tị nạn khác được chuyển đến Fort Chaffee.

Vào khoảng giữa tháng 5, 1975 đồng bào tị nạn ở đây có ngày đã lên đến 25 ngàn người. Mỗi khi có gia đình nào được sponsor ra khỏi trại thì lại có một gia đình khác được chuyển từ Guam hay từ Mã Lai, Thái Lan đến thay thế.

Vì số đồng bào quá đông, chúng tôi được tăng cường một số Sĩ Quan cùng cảnh ngộ từ các Trường Hải Quân, Không Quân, Truyền Tin, Công Binh, Pháo Binh, Bộ Binh. Dù vậy, chúng tôi vẫn phải làm việc 24 trên 24 vì có những chuyến bay đến vào lúc nửa đêm về sáng.

■ Fort Chaffee 5/07: Tân Dân, tờ báo Việt đầu tiên trên đất Mỹ

Để đồng bào biết tin tức về VN, tin tức thế giới và nhất là để gửi đến 25 ngàn đồng bào những thông cáo quan trọng, tôi đề nghị Thiếu Tá Miller làm một tờ nhật báo Việt Nam. Tất cả máy móc để ấn loát, Trung Đoàn 96 Dân Sự Vụ, thuộc Lực Lượng Đặc Trách Tị Nạn đã có đầy đủ, chỉ thiếu nhân sự. Nữ Trung Úy Linda Newman, một người biết đọc và viết tiếng Việt, được cử làm Chủ Nhiệm, tôi làm Chủ Bút và Trung Sĩ Tom làm Thư Ký, đặc trách layout và ấn loát. Tin tức thì được dịch ra từ báo Mỹ, chép xuống từ TV, Radio. Thông Cáo thì Tom và tôi có thể viết được.

Báo được đặt tên là "Tân Dân", theo ý của Linda là "New People". Tôi đề nghị lấy tên báo là "Người Mới" cho dễ hiểu và gần gũi với đồng bào nhưng Linda thích "Tân Dân" vì cô cho rằng nó có vẻ "văn chương" hơn. Sau số báo đầu tiên, chúng tôi được rất nhiều đồng bào đến văn phòng giúp đỡ trong vấn đề dịch tin, vẽ tranh, viết bài.

Văn Phòng Liên Lạc của Trại Tị Nạn bây giờ biến thành Tòa Soạn của Nhật Báo Tân Dân. Tôi thành Nhà Báo Full Time, không phải ra phi trường đón đồng bào, cũng không phải lái xe đi vòng quanh trại kêu gọi trẻ em vào nhà mỗi khi có mưa đá, to bằng trái banh ping pong.

Một hôm, đang làm tin thì Capt. Tân đến cho biết ca sĩ Khánh Ly mới nhập trại. Tôi bỏ tất cả, chạy xuống khu tạm cư, tìm về dãy nhà mà anh Tân đã cho biết số.

Khánh Ly ở đó, với em gái Ngọc Anh và người anh là Phạm Ngọc Sơn. Đã lâu lắm tôi không gặp "Bé Lệ Mai" của báo Ngôn Luận. Cũng đã lâu lắm tôi không gặp Ngọc Anh và Sơn. Những truyện kể, những thăm hỏi, những nhắc nhở về kỷ niệm ở Chợ Quán, ở Phan Thanh Giản, ở Dalat cứ tiếp nối, theo nhau tràn về. Không chỉ riêng tôi ngồi nói chuyện với Khánh Ly mà đồng bào đứng đầy căn phòng tạm trú để nghe Khánh Ly nói chuyện...

Nhiều người ao ước được nghe Khánh Ly hát. Khánh Ly chỉ cười buồn cho rằng chuyện ấy khó có thể làm được. Tôi chợt nghĩ đến lời Thiếu Tá Miller nói với chúng tôi hôm nào "tôi có thể giúp quý bạn bất cứ vấn đề gì, nếu trong khả năng và trách nhiệm của tôi".

Tôi cảm thấy phấn khởi lạ lùng. Từ dãy nhà tạm trú, tôi băng qua một khu đồi đầy hoa tím dại, hướng về văn phòng của Miller. Tới bên kia chân đồi, tôi thấy một người nằm dài trên cỏ, trong bộ đồ bay màu đen đã bạc phếch, dường như đang ngủ.

Tôi đến gần người phi công đó, nhìn lên phía trên túi áo, thấy hàng chữ Sỹ Phú. Tôi lấy chân đá nhẹ vào người ấy và hỏi:

- Này, phải Sỹ Phú đấy không?

Người phi công kia, hé mắt nhìn, giọng mệt mỏi:

- Sỹ Phú đây. Ai đó? Nam hả?

- Nam đây. Tại sao nằm ở đây vậy?

- Moa trốn sponsor! Moa không muốn rời trại, sợ về chỗ xa lạ, không được gặp người Việt mình nữa!

■ Fort Chaffee, Ark. 6/1975: Hát Cho Người Tị Nạn

Vào một chiều tháng 6, khi nắng vừa khuất sau những dãy nhà tiền chế trước kia dùng làm nơi huấn luyện Vệ Binh Quốc Gia Hoa Kỳ và nay là những mái nhà tạm thời cho hai mươi lăm ngàn người tị nạn hàng ngàn đồng bào đã tràn ra đường, hớn hở kéo nhau về khu Văn Phòng của Bộ Chỉ Huy Liên Đoàn Dân Sư Vụ. Ở đó, một sân khấu lộ thiên mới được dựng lên. Ở đó, có dựng vài cây micro và có những chiếc loa phóng thanh của nhà binh chồng chất lên nhau. Ở đó, có một cây guitar, mua ở tiệm bán đồ cũ. Nhưng ở đó có Khánh Ly và Sỹ Phú. Thế là đủ, quá đủ cho một buổi hát nhạc Việt Nam lần đầu tiên trên đất tạm dung.

Đặc biệt hơn nữa: người đệm đàn lại là một người lính Mỹ, đôi khi được tiếp tay bởi sinh viên Y-Khoa tị nạn Billy Trng nhưng tiếng đàn thì vô cùng truyền cảm.

Khánh Ly hát như chưa bao giờ được hát, hát như say, như mê. Sỹ Phú dốc toàn sức lực cho những tình khúc tiền chiến bất hủ, những dòng nhạc Ngô Thụy Miên ngọt lịm.

Những tình tự dân tộc không những chỉ vang lên trong thính trường đó mà còn truyền đi khắp nơi, bao trùm cả một khung trời bát ngát bao la qua những máy khuếch đại âm thanh treo trên những cành cây, những cột điện.

Có nhiều người đã khóc. Tiếng khóc hòa với tiếng vỗ tay. Có những tiếng khóc biến thành lời ca, có những tiếng khóc không thành lời trên phím đàn. Những giọt lệ âm thầm nhỏ xuống môi khô vì nhớ nhà, nhớ quê, nhớ vợ dại con thơ, nhớ chồng trong tù, thương con chìm sâu đáy biển.

Không cần ghế bọc nhung của một rạp hát sang trọng, không cần hệ thống âm thanh đắt tiền, không cần ánh sáng nhấp nháy, không cần ban nhạc đại hòa tấu, chỉ có hai người hát mà có tới hơn hai mươi ngàn khán thính giả ngồi trên cỏ say mê nghe, vỗ tay như pháo nổ thì làm sao mà quên được.

Đã hơn 32 năm qua, những hình ảnh tôi chụp trong Fort Chaffee đã mờ nhạt đi, nhưng dường như hình bóng Khánh Ly, Sỹ Phú vẫn còn sáng rõ trong hồn tôi.

Nguyễn Đức Nam
(30.4 .2007)

■ TỪ SAIGON ĐẾN FORT CHAFFEE :
Đây là một bài viết từ 1975 tại Trại Tị Nạn Fort Chaffee, xin in lại như một kỷ niệm.

Doanh trại Chaffee *(Fort Chaffee)* nằm trong vùng tây bắc tiểu bang Arkansas kế cận thành phố Fort Smith. Trại nằm cách Sân bay Vùng Fort Smith 1 dặm Anh về hướng đông nam. Sông Arkansas chảy về hướng đông theo dọc ranh giới phía bắc của doanh trại. Xa lộ Liên bang 40 nằm cách nó 5 dặm Anh về phía bắc và ở phía bên kia sông. Doanh trại Chaffee ban đầu được dùng như một nơi huấn luyện của các đơn vị trong vùng thuộc Vệ binh Quốc gia và Quân Trừ bị cũng như các đơn vị quân sự hiện dịch từ các nơi khác tới tập huấn. Doanh trại Chaffee hiện không có đơn vị hiện dịch nào đóng quân.

Đây cũng là trại tỵ nạn của người Việt Nam trên đất Mỹ trong tháng 5 năm 1975.

TÂN DÂN Thời Báo là tờ Nhật Báo bằng tiếng Việt đầu tiên tại Mỹ, do Trung Đoàn 96 Dân Sự Vụ của Quân Lực Hoa-Kỳ chủ chương, được một nhóm người Việt Tị-Nạn cộng-tác và tôi bỏ dấu băng tay (Nhìn thấy trang báo này mà lòng bồi hồi!)

Tân Dân thời-báo

BỘI SỐ 17 — TRẠI Chaffee, Ark. — Trang 1 — 20-5-75 — THU BA NGAY

THỜI-SỰ QUỐC-TẾ

(Saigon-AP) - Nguồn tin phát thanh từ Sai Gon cho hay một số dân đang bị đói ở Thủ Độ miền Nam VN. Bản tin cho biết hàng đoàn dân tị nạn trước khi Thủ Đô bị Cộng Sản chiếm đã gặp phải nhiều tệ trạng. Nhưng đài phát thanh cũng cho hay tân chính phủ đã phân phối 1.100 tấn gạo cho 220.000 dân.

(Nam Vang)- Đài phát thanh Nam Vang cho biết nhân dân Kamphuchia dù già hay trẻ cũng đang được phân loại tùy theo khả năng làm việc của họ để phục hồi xứ sở đã bị chiến tranh tàn phá. Ở một thành phố nọ, bản tin cho hay các thanh niên làm việc ngoài đồng, các ông già thu dọn những đống gạch vụn do chiến tranh gây ra. Còn các bà già thì lo bếp nước và trẻ con thì chăn bò.

(Trại Ft. Chaffe - UPI)- Theo nguồn tin của một viên chức dân sự cao cấp ở Ft. Chaffee thì lời thỉnh nguyện được trở lại miền Nam Vietnam của 47 người tị nạn đã được chuyển tới chính phủ Hoa Kỳ. Ông Donald MacDonald, phối trí viên của Lực Lượng Đặc Nhiệm nói rằng Cơ Quan Quốc Tế thuộc Cao Ủy Tị Nạn của Liên Hiệp Quốc tại Geneve, Thụy Sĩ là cơ quan điều hành việc tái định cư. Ông MacDonald còn tuyên bố rằng một viên chức chính phủ Hoa Kỳ ở Ft. Chaffee đã gặp những người tị nạn yêu cầu được trở về Vietnam hôm thứ Bảy vừa qua và đã đoan chắc với họ rằng đang có sự sắp xếp để thỏa mãn thỉnh nguyện của họ.

(Saigon-AP)- Đài phát thanh miền Nam VN cho hay một chiếc tàu chở các chính khách đối lập với chính quyền cũ đã cập bến Saigon. Hàng trăm tù chính trị đã được chở từ Côn đảo trở về. Côn đảo xưa kia nổi tiếng về "Chuồng Cọp". Bản tin cho hay 1.300 tù chính trị đã từ ngục tù Côn đảo trở về.

Bản tin phát thanh còn cho biết một chiếc tàu Hải Quân đã tự nguyện trở lại VN sau khi chạy trốn vào lúc chế độ cũ đầu hàng vào tháng qua.

(Bangkok-AP)- Hôm nay chính phủ Hoa Kỳ đã gởi công hàm đến Thái Lan tỏ ý rất tiếc đã xử dụng căn cứ của Thái để cứu chiếc thương thuyền Mayaguez và Tổng Trưởng Ngoại Giao Thái cho rằng bức công hàm đó là một lời xin lỗi chính thức. Do đó ông nói Thái lan mong đợi nối lại mối giây thân thiện với Hoa Kỳ. Ông nói "Những gì đã qua hãy để cho nó trôi vào dĩ vãng".

TRỞ VỀ VIỆT-NAM

Đồng bào tị nạn Việtnam nào có ý định trở về nước, xin liên lạc với Đại Diện Chánh Phủ Hoa-Kỳ tại bldg. 1479 vào buổi sáng từ 11 giờ đến 12 giờ hằng ngày. Những người đã ghi tên rồi không cần phải liên-lạc nữa.

Chính-Phủ Hoa-Kỳ sẽ thu xếp phương tiện di-chuyển cho những đồng-bào này. Tuy nhiên công việc thu xếp sẽ phải mất một thời gian. Khi có kết-quả chúng tôi sẽ thông-báo sau.

TIN NỘI BỘ

Mỗi ngày từ thứ hai đến thứ sáu đều có chương-trình phát thanh bằng Việt-Ngữ trên đài phát-thanh Fort Smith bằng tần số KMHW 13,20 vào hồi 9g00 sáng. Xin Đồng-bào nhớ đón nghe.

Văn phòng đại diện các Bác Sĩ VN trước đặt tại tòa nhà số 1780 nay đã dời sang tòa nhà số 1686. Mọi liên lạc với Ban Đại Diện xin đến tòa nhà trên, sáng từ 10g. đến 11g., chiều từ 4g. đến 5g.

NHIỆM-VỤ CỦA QUÂN-CẢNH

Quân Cảnh Mỹ từ Texas đến Ft. Chaffe với ba nhiệm vụ chính:

1. Kiểm soát sự di-chuyển của mọi người và xe cộ. Kiểm-soát sự ra vào trại tạm trú của mọi người hầu bảo vệ tài sản cho đồng bào tị nạn. Chỉ cho phép những người có phận sự mới được ra vào trại t am-trú.

2. Giữ gìn trật tự, kỷ-luật cho trại Chaffee nói chung và trại tạm cư nói riêng. Xin báo ngay cho Quân - Cảnh mọi sự phạm pháp hay tai nạn xảy ra, bất cứ lúc nào.

3. Giữ gìn an-ninh trong trại bằng cách đề phòng sự xâm nhập của những người lạ mặt không có thẩm quyền vào trại. Ngăn ngừa ẩu đả, cãi vã, phá rối trật tự giữa các cá-nhân hay các nhóm người.

Tóm lại, nhiệm vụ của Quân Cảnh là bảo vệ lề phải, tài-sản cho đồng bào. Mọi trại viên đều có quyền và được khuyến khích trong việc gọi Quân-Cảnh lúc hữu sự.

Đồn Quân-Cảnh tọa lạc tại dãy nhà số 1355, điện-thoại số 2666.

LỘ-TRÌNH XE BUÝT

Lộ trình 1: Ký hiệu bằng màu "NÂU" sẽ chạy quanh khu-vực cư-ngụ, có thể dừng để đi lại trong phạm-vi này.

Lộ trình 2: Màu "VÀNG" sẽ chạy theo 4th street và chở hành khách đi bệnh viện, ngân-hàng rồi trở về theo 4th street.

Lộ trình 3: Màu "ĐỎ" sẽ di-chuyển giữa khu cư-ngụ và khu làm thẻ căn-cước nhập trại.

Lộ trình 4: Màu "XANH" dùng để chở đồng bào đã hoàn tất thủ-tục ở bệnh viện về khu Di Trú, Nhập Tịch, An-Ninh Xã Hội và ngược lại.

Wednesday, June 11, 1975 Southwest Times Record—Fort Smith, Ark. 3-B

Viet Newspaper Gaining Acceptance

FT. CHAFFEE, Ark. (AP) — A Vietnamese newspaper in the Arkansas hills might perplex Snuffy Smith or Lil Abner but it is gaining wide acceptance among the 25,000 Vietnamese refugees sheltered here.

The first issue of Tan Dan — The New Arrival— came out May 4, the day the first 600 to 700 of the refugees arrived at Ft. Chaffee.

The newspaper is published by the 1st Psychological Operation PSYOP Battalion Element. It is printed in a protable field press unit at the base.

However, the daily newspaper is only one part of acclimate refugees to their new country and to keep them informed of news in the camp and in the rest of the world.

PSYOP personnel tape a 10-minute newscast in Vietnamese which is broadcast every morning on a Fort Smith, Ark., radio station. Radios have been distributed to each refugee residence.

Lt. Linda Hurt of Los Angeles, Calif., was sent from Ft. Bragg, N. C., to run the PSYOP operation with the help of about a dozen Army personnel and several volunteer Vietnamese.

The newspaper also carries brief news service stories from all over the world.

[illegible] news is gathered and written by the PSYOP personnel or submitted by the many voluntary agencies operating at the camp to aid the refugees. Other news comes from the federal government from registration numbers of persons who have been cleared for security or what movies are being shown at which theater.

"This is all brand new to the people and we have to explain so many things to them," Lt. Hurt says. "We had to tell them the water was good and could be used because on Guam they were told not to use certain water. We explain about using the mess halls, when linens will be distributed, what a Social Security number means and how security clearance checks are being carried out."

The portable field press does not have a typesetting machine with Vietnamese characters. The stories are set in type used for English, then handmarked with phonemes, marks above certain letters that indicate how they are pronounced and which determine the meaning of the word.

Because the paper is printed on an offset press, the phonemes are reproduced exactly as marked by one of the volunteer Vietnamese interpreters.

It's pretty strange looking to an American even though it is printed with the same letters used in this country.

The Vietnamese volunteers also serve as translators for converting the locally written stories into Vietnamese and in helping the PSYOP staff understand how to explain things to the refugees.

After the reporters and interpreters are finished with their work, the print shop goes into action. The printers put together the two-page newspaper, occasionally using pictures and sometimes cartoons drawn by the staff, or a refugee.

AP Wirephoto

Editor and Volunteers

Lt. Linda Hurt, editor of Tan Dan at . Chaffee, consults with some of the ietnamese volunteers who are serving interpreters to aid in putting out a daily newspaper for the nearly 25,000 refugees at the camp. The first issue of the paper came out May 4, the day the first refugees arrived at the camp.

NÀNG CHỈ CA HÁT MỘT MÙA XUÂN

Truyện ngắn Nguyễn Đức Nam

1.

Sáng nào trên đường đi làm, Nhân cũng thấy người con gái ấy cắp sách đến trường. Nhân luôn luôn nhìn thấy bóng dáng thanh tú, mái tóc xõa ngang vai và những bước đi yểu điệu, kiêu-sa ấy ở cuối dốc Beverly Dr. Nhân không biết Nàng học trường nào vì gần đó, có trường High School của Quận và trường Saint Paul của Công-Giáo.

Thường thường, đến cuối dốc, Nhân cho xe chạy chậm lại, để coi chừng xe cộ từ phía đường Edgwood phóng tới. Nhờ thế mà Nhân được thấy rõ khuôn mặt đẹp và đôi mắt buồn của Nàng. Đôi mắt ấy đã bắt gặp ánh mắt quyến luyến của Nhân, và theo ý nghĩ chủ-quan của Nhân, đã nhiều lần cho Nhân những giao-cảm kín đáo.

Khuôn mặt, mái tóc, đôi mắt và dáng người ấy đã ám ảnh Nhân suốt ngày và cả trong đêm tối, trong những giây phút chập chờn, cô-đơn. Nhớ nhung và cô-đơn làm cho thời gian dài vô tận. Mới gặp Nàng vài tháng mà tưởng chừng đã nhiều năm.

Nhưng sáng nay, tại cuối dốc Beverly, Nhân không thấy Nàng! Nhân nghĩ là mình đi trễ hơn mọi ngày nhưng nhìn đồng hồ đeo tay, thấy mới có 7 giờ 45 phút, thì biết là mình không trễ mà lại sớm 5 phút. Nhân ghé vào sạp báo bên đường, mua một tờ tạp-chí về Golf, dù rằng chẳng có thời-giờ đọc báo bao giờ. Nhân có tiền lẻ nhưng cố-tình đưa tờ giấy trăm để đợi tiền trả lại và trao đổi một vài chuyện xã-giao với bà bán hàng cho đến 8 giờ cũng không thấy bóng dáng Nàng đâu.

Nhân vào sở như một người mơ ngủ. Mọi người đã cầm ly cà-phê từ phòng họp ra và ai nấy đều đang đi về văn-phòng của mình. James chờ Nhân ở cửa văn-phòng Executive Committee, dựng ngược đôi lông mày sâu róm lên và nhăn nhó:

-Ngủ quên hay sao mà vô trễ vậy? Mình là manager, phải làm gương cho nhân-viên chứ! Sáng nay, bên văn-phòng Quận, có một cuộc họp khẩn, you đại-diện công-ty đi họp, chiều nay về làm một báo-cáo, gửi lên General Manager. OK?

Nhân chào tên Trưởng Phòng, lặng lẽ lái xe sang City Hall. Buổi họp diễn ra nhanh hơn là Nhân nghĩ. Trên đường về, Nhân ghé vào quán Bamboo, một tiệm cà-phê mới mở trên đường Maple. Vừa bước vào, dù đèn trong quán không sáng lắm, Nhân cũng đã nhận ra Nàng ngồi trong đám bạn, quanh chiếc bàn gần cửa sổ.

Bàng hoàng, ngây ngất vì ngạc nhiên và vui mừng vì gặp Nàng,Nhân đứng im giữa phòng, chưa biết đi về hướng nào, chưa biết ngồi đâu thì một người con gái, ngồi chung bàn với Nàng, đứng lên, đưa tay vẫy:

- Anh, anh Nhân!

Nhân đã nhận ra người quen.Đó là Liên, em của Quí, một bạn học và cũng là cộng sự viên cùng công-ty. Cảm thấy tự-nhiên hơn, Nhân mạnh dạn bước tới chỗ bốn cô gái đang ngồi. Liên, "bé Liên" cô bé con, em của bạn ngày nào, không còn bé nữa mà đã là một thiếu-nữ với thân thể nảy nở,tràn đầy sức sống.

Còn một ghế trống, cạnh Nàng, Liên mời Nhân ngồi. Nhân nhìn Nàng,trước khi kéo ghế ngồi. Nàng nhìn Nhân,hé môi cười. Liên liến thoắng:

- Anh Nhân, bạn thân với anh mình. Còn đây là Mỹ-Hòa, Lệ-Dung, bạn học ở Fairfield High School và Ngọc Châu, bạn học cùng lớp với em ở Saint Paul VI.

Bây giờ thì Nhân biết tên Nàng và biết Nàng học trường nào rồi. Nhân muốn cám ơn Liên đã vô-tình cho Nhân biết những điều mà Nhân đã muốn biết về Nàng từ bao nhiêu tháng nay.Nhân mỉm cười, chào các cô gái và hỏi Liên:

- Từ bao lâu nay, anh vẫn nghĩ là Liên còn học ở public high school, không ngờ là Liên đã chuyển sang trường Đạo.

Giọng Liên chùng xuống:

- Ba em cho rằng trường công bây giờ thiếu kỷ-luật lắm, "gang" quá nhiều nên bắt em chuyển trường. May mà ba em không bắt em ở nội-trú!

Không hiểu tại sao Nàng- Ngọc-Châu - lại không đi học sáng nay, làm Nhân nhớ điên lên, Nhân nhìn Ngọc-Châu nửa dò hỏi, nửa như trách khéo:

- Hôm nay không phải là ngày lễ, sao mấy cô không đến trường?

Có lẽ đoán được ý nghĩ thầm kín trong câu hỏi của Nhân, Ngọc-Châu nhanh nhẹn đáp lời:

- Sáng nay các Giáo-Sư có buổi họp, tụi em được nghỉ. Vì vậy mới hẹn nhau ra đây, uống coffee.

Lệ-Dung, cô gái có mái tóc cắt ngắn như tóc con trai, chợt nhìn đồng hồ và hốt hoảng:

- Chết rồi, đã gần 12 giờ trưa.Giờ này chắc là anh tôi đã có mặt ở nhà, tôi phải về ngay, nếu không thì sẽ bị phạt, không được đi đâu nữa.

Nhân không hiểu sao Lệ Dung lại sợ anh như thế nhưng thấy vẻ mặt lo lắng trên khuôn mặt trẻ thơ của Dung, Nhân cảm thấy ái-ngại quá và vội vàng đề-nghị:

- Để anh đưa Dung về cho nhanh.

Liên mừng rỡ:

- May quá, nhờ anh Nhân đưa Dung về dùm em. Tụi em mải vui, quên mất là Dung phải về đi lo công chuyện với anh của Dung.

Dung còn đang ngần ngại thì Mỹ-Hòa nói thêm:

- Nếu Dung ngại thì bọn này đi với Dung, đồng thời nhờ anh Nhân đưa về luôn.

Dung gật đầu. Thế là bốn cô gái ùa ra đường, leo lên chiếc 4Runner của Nhân, thật nhanh.

Nhân đưa từng người về và người sau cùng là Ngọc-Châu.

Chỉ còn hai người trên xe, Nhân tha hồ nói chuyện với Châu, tha hồ nói những điều thầm kín đã từng ứ-đọng trong tâm-hồn Nhân bao lâu nay. Nhân được Châu cho biết: Ba Nàng đã mất và hiện giờ đang sống cùng Mẹ và một người cha ghẻ,làm nghề sửa xe hơi. Mỗi ngày, từ xưởng sửa xe về, người cha ghẻ thường nhậu nhẹt, say sưa, nhiều khi la mắng Châu thậm tệ, dù Châu không có lỗi gì cả. Cho nên Châu không thích ở nhà. Nếu được nghỉ học là đi chơi với bạn bè,như ngày hôm nay vậy.

Bây giờ thì Nhân đã biết rõ tại sao khuôn mặt xinh đẹp kia luôn luôn có một nét buồn sâu kín.

Nhân muốn nói những lời an-ủi Châu nhưng Nhân cho rằng những lời nói suông không có ích gì cả mà đôi khi làm người nghe cho là dối-trá. Vì thế, Nhân im lặng, dù cảm thấy xót thương Châu vô vàn. Cả hai đều yên lặng và sự lặng yên đó có lẽ đã diễn-tả được nhiều tình-tự hơn là những đối-thoại vô nghĩa.

Chiếc 4Runner đã chạy gần đến cuối dốc Beverly. Ngọc-Châu vội vã nói:

- Anh ngừng xe, cho Châu xuống đây đi anh.

Nhân khẩn-khoản:

- Cho anh đưa Châu về tận nhà, được không? Anh muốn biết nhà của Châu. Anh muốn đến đón Châu đi học và đưa Châu về...

Ngọc-Châu nắm tay Nhân, hốt hoảng:

- Không được đâu anh. Anh cho Châu xuống đây đi! Ba ghẻ của Châu khó lắm, ổng thấy anh đưa Châu về là Châu chết với ổng. Châu xin anh!

Thấy giọng Châu run rẩy, sợ sệt quá, Nhân vội ngừng xe lại, gần sạp báo bên đường, để Châu bước xuống. Châu bước mau về bên kia đường. Bóng Châu biến mất sau chiếc cổng gỗ, sau những lùm cây cao của một khu cư-xá cũ, tăm tối...

Nhân từ từ cho xe chạy qua khu trường học, tưởng như đang sống trong một giấc mơ...

2.

Từ ngày quen Ngọc-Châu, Nhân thấy cuộc đời chàng thay đổi hẳn. Nhân vui như trẻ thơ, thầm hát suốt ngày những bài tình ca mà chàng đã nghe trong nhiều CD của Ý-Lan. Nhân thích nhất là ca khúc "Bài Tình Cho Giai-Nhân": "Con sông rất già mà còn hào-hoa...Con sông rất già mà tuôn lượt là..."

Ở trong sở, ai cũng nhận ra sự thay đổi dễ thương của Nhân. Nhân không còn lầm lì, hay cau có, hay nhăn nhó nữa. Đối với bất cứ ai, cấp trên hay cấp dưới, Nhân đều tỏ ra nhũn nhặn, khiêm-nhường hẳn. Ai nhờ gì, Nhân cũng hăng say nhận lời. Thậm chí Nhân còn để CD của Ý-Lan vào P.C, vừa làm, vừa nghe nhạc, vừa hát theo nữa. Nhân-viên thì thầm với nhau: "He's in Love."

Nhân đi làm sớm hơn xưa, thường ngừng xe, đợi Ngọc-Châu ở cuối dốc Beverly, con dốc được Nhân đặt tên là "Dốc Mơ" theo tựa đề một bản nhạc của Ngô Thụy-Miên. Ngọc-Châu cũng đi học sớm hơn trước, để Nhân không phải chờ lâu. Hai người trao đổi cảm nghĩ, trao nhau từng đĩa nhạc mới, từng cuốn video hay hoặc những tạp-chí đẹp. Đôi khi, nếu có Giáo-Sư nào đau, được về sớm, Ngọc-Châu lại gọi điện-thoại cho Nhân. Nhân tìm đủ lý-do để xin phép James, tên Trưởng-Phòng, đi đón Châu, đưa Châu đi shopping, đến công-viên đi bộ hoặc ra miền ngoại-ô, trên những đồi vắng, để nói cho nhau nghe những mẩu chuyện của đời mình.

Nhìn đôi môi hồng tươi, nũng nịu của Châu, đôi khi Nhân muốn được đặt môi mình lên đôi môi ấy nhưng vẫn còn ngại ngần. Một lần, trên con đường vắng quanh một sân Golf, Nhân vô-tình đưa tay qua vai Châu, định ôm nàng thì Châu gỡ nhẹ tay Nhân, cầm tay chàng để lên tay lái rồi chỉ tấm bảng "Do Not Drive On The Shoulders" và giả vờ nghiêm mặt nói:

- Anh không thấy tấm bảng "cấm để tay lên vai khi lái xe" à?

Nhân cười lớn khi nghe Châu nói câu ấy và càng mến Châu hơn về sự tự-vệ khéo léo của Nàng.

Để Châu khỏi bận tâm về cử-chỉ quá thân-mật, dù vô-tình của mình, Nhân chỉ bảng chữ bằng đèn "Don't Walk" vừa bật lên ở ngã tư đường và kể:

- Hồi mới sang Mỹ, nghĩ rằng ở Mỹ cái gì cũng nhanh nên khi đi bộ qua đường phố, thấy đèn báo hiệu "Đừng Bước" ("Don't Walk"), tụi anh nghĩ là "Phải Chạy" ("Must Run"), nên cắm đầu cắm cổ mà chạy qua đường, làm Mễo cứ lõ mắt ra nhìn, không biết mấy cái anh "Chinese" này làm gì... mà chạy thục mạng vậy!?

Biết là Nhân "trả đũa" câu nói "Cấm Lái Khi Để Tay Trên Vai" của mình, Châu cất tiếng cười vang. Từ ngày quen Nhân, cuộc đời Châu đầy ắp tiếng cười vui. Có đôi lúc, Châu đã quên đi một phần nào sự bất hạnh của một người con gái nhà nghèo, mồ côi cha từ khi còn bé. Những giờ học trôi qua rất nhanh khi Châu biết là khi tan học, có người chờ mình ở ngoài cổng trường. Những Việc làm cực nhọc tại nhà cũng như không còn đáng kể, nếu Châu biết sáng sớm mai, có người ấy đứng đợi mình ở cuối Dốc Mơ, để dành cho mình những gói kẹo, những cái bánh, những món quà nho nhỏ.

Châu thấy yêu đời và muốn vui mãi những giây phút bên chàng, cho nên khi Phương-Liên mời Châu đến dự lễ kỷ-niệm sinh-nhật thứ 18 của Liên, Châu đã nhận lời ngay, dù chưa biết sẽ phải nói với Mẹ và người Cha ghẻ thế nào để được phép đi chơi đến nửa khuya. Cuối cùng, Châu không biết làm gì hơn là phải nói dối là đến nhà Phương-Liên làm một project cho cả nhóm, chắc là khuya lắm mới xong.

Sau bữa cơm chiều, Châu rửa bát, dọn dẹp chén dĩa như thường lệ, rồi đi tắm thật nhanh. Để Mẹ và người Cha ghẻ không nghi ngờ, Châu mặc jeans, T-shirt, tóc để xõa tự-nhiên, không điểm –trang, không son phấn, và xách một backpack, như thường ngày vẫn mang sách đi học, ra khỏi nhà.

Châu đi bộ về hướng sân chơi football của thị-xã. Nhân đã chờ sẵn ở đó. Châu lấy từ trong backpack ra một bộ đồ dạ-phục mầu đen, và thay quần áo trên ghế sau của chiếc xe 4Runner. Châu cũng mang theo một túi make-up và một bộ gương lược. Trong một khoảng thời gian ngắn, khi Châu trở lại hàng ghế trên, bên cạnh Nhân, Nhân thấy Ngọc-Châu của chàng đẹp quá, lộng lẫy quá, quyến rũ quá. Nhân cảm thấy hãnh-diện nhưng cũng cảm thấy hơi lo vì chỉ sợ mình không xứng đôi với nàng.

Thấy Nhân ngẩn ngơ ngắm mình, Châu có vẻ vui thích,nỗi vui của một người con gái biết là mình đẹp nhưng cũng còn hơi e lệ:

- Làm gì mà nhìn em như chưa nhìn lần nào vậy? Mình đi là vừa đấy. Đến sớm mới có chỗ đậu xe gần nhà anh ạ.

Nhân yên lặng, cho xe phóng nhanh đến nhà Liên. Tuy không nói nhưng Nhân cảm thấy Châu rất có lý vì thường Phương Liên mời rất đông người, nếu đến trễ, phải đậu xe rất xa và đi bộ lên một con dốc khá cao. Nếu ngày thường, đi giày thấp, mặc quần áo bình dị thì không ngại, bây giờ mặc áo dạ hội, mang giày cao gót thì cũng là một điều phiền phức.

3.

Khi Ngọc-Châu và Nhân đến nhà Phương Liên ở trên đỉnh đồi Windy thì tất cả những chỗ đậu xe đã đầy và dọc theo hè đường La Rose, xe hơi nối đuôi nhau, không còn một chỗ trống. Theo báo cáo thời-tiết của đài số 69 thì tối nay sẽ mưa lớn và có thể có giông bão. Có lẽ vì vậy mà mọi người đến sớm để có thể về sớm hơn dự-định.

Đến trước nhà Liên, Nhân ngừng xe cho Châu xuống rồi lái xuống tận cuối chân đồi để tìm một chỗ đậu xe hoàn toàn xa, hy vọng có thể về sớm mà không bị xe khác chắn lối. Nhân chạy thật nhanh lên đồi vì không muốn Châu phải chờ đợi. Châu chưa vào nhà, vẫn đứng trước hiên nhà, chờ đợi Nhân. Mái tóc xõa bay trong gió. Nhân nắm tay Châu hỏi nhỏ:

- Sao em không vào trước? Ở ngoài này gió lạnh, lỡ bị cảm thì sao?

- Em chờ anh.

- Chờ anh for ever?

- "Yes, I will wait for you forever."

Nhân hôn nhẹ lên trán Châu như một lời cảm ơn. Vừa lúc đó, Phương Liên bước ra cửa. Thấy Nhân hôn Châu, Liên bèn kêu rầm lên:

- Oh my God, tình thế này thì ai mà chịu cho nổi! Vào lẹ lên, thiên-hạ đã bắt đầu ăn rồi đấy. Nghe nói có bão tối nay nên ai cũng muốn "làm sớm nghỉ sớm."

Nhân nắm tay Châu bước mau vào phòng ăn. Đúng như lời Liên nói, bạn bè của Liên đã lấy thức ăn và chia nhau thành từng nhóm nhỏ, vừa ăn vừa chuyện trò vang vang.Nhân cũng lấy thức ăn cho Châu và hai người tìm một góc phòng, ngồi bên nhau, ăn cho xong vì cả hai dường như không thấy đói, chỉ được ngồi bên nhau là đủ no rồi...

Khi tiệc rượu sắp tàn, Phạm Cung, người phụ-trách phần âm-thanh và nhạc đệm đứng lên yêu-cầu mọi người chuẩn-bị hát bài "Happy Birthday." Ngọc-Châu phụ Mỹ-Hòa, Lệ Dung mang bánh sinh-nhật ra phòng ăn. Đèn trong phòng ăn được tắt hết. Trên chiếc bánh sinh-nhật, 18 cây nến đã lung linh sáng. Mọi người đồng ca "Chúc Mừng Sinh-Nhật" và Liên hân hoan thổi tắt những cây nến trong tiếng vỗ tay reo mừng của bạn hữu.

Rồi đèn lại được bật sáng và chương-trình ca hát được bắt đầu bằng nhạc phẩm "Tình Khúc Mùa Xuân" do Mỹ-Hòa trình bày. Ngọc-Châu rất ngạc nhiên vì Châu đã yêu-cầu Liên nói với Phạm Cung, trưởng ban nhạc, cho Châu hát mở đầu chương-trình vì Châu phải về sớm, sao Phạm Cung lại giới-thiệu Mỹ-Hòa hát trước?

Ngọc Châu đi tìm Liên. Liên đang phụ giúp madame Thu Cúc - Giám-Đốc của công-ty cung cấp thức ăn cho các cuộc họp mặt - dọn dẹp trong bếp và cất những thức ăn dư vào tủ lạnh. Nghe Ngọc-Châu hỏi, Liên liến thoắng:

-Don't worry! Chắc anh Cung quên, để mình phụ bà Cúc một chút xíu rồi mình ra, nhắc anh ấy, ok?

Ngọc-Châu trở lại phòng khách, thấy Nhân đang ngơ ngác đi tìm mình thì thấy lòng rộn ràng quá, quên cả lời hứa của Liên. Trong lúc ấy, Mỹ-Hòa đang hát bài thứ hai "Yêu Anh, Em Hỏi" của Văn Sơn Trường, một nhạc-sĩ tài-tử trong quận Fairfield. Bản nhạc này dường như Châu có nghe trên internet, *www. dactrung.com* qua tiếng hát Bạch Yến, thật dễ thương.

Khi Mỹ-Hòa vừa hát xong, Ngọc Châu vội vã bước về góc phòng, chỗ dành riêng cho ban nhạc, cố tình cho nhạc sĩ Phạm Cung thấy mình. Nhưng, thay vì giới-thiệu Ngọc-Châu, Phạm Cung lại nói:

-Sau một giọng ca nữ, thường thường chương-trình văn-nghệ được tiếp nối bằng một giọng ca nam. Xin hân-hạnh giới-thiệu cùng quý vị và các bạn một giọng ca mới, rất phong-phú. Anh mới đoạt được giải Nhì trong cuộc tuyển lựa ca sĩ do Nguyệt San Kỷ Nguyên Mới tổ-chức vừa qua. Xin quý vị một tràng pháo tay thật lớn cho Bảo Vĩ...

Bảo Vĩ hát bài "Thì Thầm Mùa Xuân" một nhạc phẩm mới của tuổi trẻ, thường do Diễm Liên hoặc Kevin Khoa hát, rất sống động. Sau đó Bảo Vĩ trình bày tình khúc "Mộng Dưới Hoa" một nhạc phẩm được viết trước 1975, tại quê nhà, được tán thưởng nhiệt liệt.

Ngọc-Châu đến gần Phùng Quân, nhạc sĩ chơi guitar điện, kiên-nhẫn chờ đợi tới lượt mình. Nhưng, người hát kế- tiếp là madam Thu Cúc, bà hát một bản nhạc Pháp "L'amour C'est Pour Rien". Giọng bà chua như giấm, và thực sự là bà "hét" chứ không phải là hát. Mặc dầu không có ai hô "bis" Bà cũng tỉnh bơ nói:

-Thể theo lời yêu-cầu, tôi xin hát bài "Gái Xuân." (Rồi bà cất giọng hát) "Em như cô gái vẫn còn xuân..." Nhân chịu đựng hết nổi, đến bên Châu, hỏi nhỏ:

- Châu có muốn về chưa, anh đưa em về? Nếu tình-trạng này cứ kéo dài, chắc là Châu phải đợi đến nửa đêm mất!

Ngọc-Châu chưa biết tính sao thì Liên xuất hiện. Thấy nét mặt không vui của Nhân và vẻ bối-rối của Châu, Liên vội vã cầm tay Ngọc-Châu, kéo Châu đến ngay sau lưng Phạm Cung đang chơi keyboard, ghé tai Cung nói nhỏ mấy câu, Châu không nghe rõ, chỉ thấy Cung gật gật cái đầu.

Thế là Châu phải đứng đợi ở đó cho đến khi bà Thu Cúc hát xong. Liên nhận microphone từ tay bà Cúc và nói lớn:

"Save the best for last," Liên xin mời các bạn nghe một tiếng hát hay nhất của trường Saint Paul: Ngọc-Châu, bạn cùng lớp của Liên, qua nhạc phẩm "Unbreak My Heart."

Ngay khi Ngọc-Châu cất tiếng hát đầu tiên, Nhân đã cảm thấy vũ-trụ như tan biến đi mất rồi. Cả không gian lẫn thời gian đều bị xóa mờ bởi tiếng hát nghẹn ngào, nức nở của Ngọc-Châu.

Nhân không còn nhớ mình đang ở đâu. Nhân không còn biết có ai ở chung quanh. Nhân có cảm-tưởng mình biến thành một tĩnh vật. Tất cả chỉ còn có Ngọc-Châu. Chỉ có Nàng là hiện-hữu. Chỉ có Nàng là Sự Sống. Chỉ có Nàng là hơi thở, là oxygen. Nhân ngây ngất với lời thì thầm của Châu. Những lời hát, mà Nhân đã quen thuộc qua tiếng hát Toni Braxton, bây giờ là của Ngọc-Châu, dường như dành riêng cho Nhân.

Nhưng thực sự những lời thì thầm đó không chỉ dành riêng cho Nhân, mà là để gửi gắm đến từng người, từng cá-nhân trong cả một đám đông. Ai cũng nghĩ lời hát đó, hơi thở đó là cho riêng mình. Và ai cũng muốn cám ơn người con gái đã hát để riêng tặng mình. Những tiếng vỗ tay, những lời yêu-cầu hát nữa tưởng chừng như phá vỡ ngôi biệt-thự – lớn như một lâu đài- trên đỉnh Windy Hill.

Ngọc-Châu hát thêm bài "Cho Em Quên Tuổi Ngọc" của Lam Phương cả lời Việt lẫn lời Pháp "C'est Toi."

"Cho em quên cơn mộng ảo xa xôi thơ ngây ngày nào

Em quên được phút trong tay mưa bay rạt rào...

"C'est toi qui emportes mon cœur au firmament

Et qui me fais envie à chaque instant..."

Nhân không thể tưởng-tượng được Ngọc-Châu có thể hát hay như thế. Giọng ca ấy không thể gọi là hay mà phải gọi là đầy ắp, là trải rộng, là bao la, là tuyệt vời, là hoàn-hảo. Bởi vậy mà người nghe cứ đòi Ngọc-Châu hát nữa, hát thêm, hát mãi. Ngọc-Châu hát, hát như một cơ duyên, hát như một định-mệnh và hát để quên, như cô bé Lọ Lem mải vui, quên cả thời gian.

Vào khoảng gần nửa đêm, khi phần khiêu-vũ bắt đầu thì Nhân và Ngọc-Châu mới nhớ đến thực-tại. Châu nhớ là mình đã nói với Mẹ và người Cha Ghẻ là đến nhà Phương Liên làm một project cho trường còn Nhân bây giờ mới nhớ là phải đưa Ngọc-Châu về trước nửa đêm.

Ngọc-Châu và Nhân lặng lẽ, từng người một, âm-thầm rời nhà Liên theo lối garage, không chào ai, kể cả Liên.

Khi Châu và Nhân chạy đến cuối chân đồi, chỗ Nhân đậu xe, thì trời đổ mưa và giông bão bắt đầu kéo đến.

Nhân tưởng là mình đậu xe ở cuối chân đồi thì sẽ không bị ai chắn lối, nhưng một chiếc Jaguar với bảng số North Carolina xa lạ, không biết của ai, đã đậu ngay trên đầu xe 4Runner của Nhân. Nhân nghĩ ngay: có thể Liên biết chủ-nhân của chiếc Jaguar này và Liên có thể nhờ người ấy xuống chân đồi, chạy xe lên phía trước một chút là Nhân có thể lái xe ra được.

Nhân dùng cellphone gọi Liên nhưng dường như nhạc khiêu-vũ ồn ào quá, Liên không nghe thấy tiếng chuông điện-thoại, nên không trả lời.

Nhân bảo Châu khóa cửa xe lại, ngồi chờ rồi phóng mình trong mưa gió, chạy lên đỉnh đồi Gió.

Vào đến nhà Liên, Nhân ướt đẫm và lạnh run. Lúc ấy, thiên-hạ đang ôm nhau trong điệu Slow, trong ánh đèn mờ. Tìm mãi Nhân mới thấy Liên nhưng Liên cho biết Liên không có một người bạn hay một người quen nào có xe Jaguar cả. Nhân phải mượn microphone của ban nhạc, xin lỗi mọi người và hỏi người nào có xe Jaguar, xin dời đi để Nhân có lối ra.

Nhân hỏi mãi, cuối cùng ở trong góc phòng có tiếng một cô gái cười rú lên:

- Jaguar hả? Chết cha, cái Jaguar đó là của ông anh mình từ North Carolina về chơi, mình mượn xe, tối nay đi show-off, đâu có nhớ là xe của ai! Ha ...ha...

Trong lúc này, Nhân không thấy những lời nói và câu chuyện mượn xe của anh đi lòe thiên-hạ của cô gái kia đáng cười chút nào cả mà nó còn vô duyên nữa. Nhưng Nhân cũng ráng tươi cười với người con gái ấy:

- Để tôi nhờ người đưa Hạnh xuống chân đồi cho nhanh và khỏi bị ướt mưa vì trời đang mưa to lắm.

Chàng trai ngồi cạnh Hạnh vội đứng bật lên, tình-nguyện làm công chuyện ấy. Hạnh xách ví theo chàng trai. Hai người che dù cho nhau đi, vừa đi vừa cười rinh rích. Nhìn họ đủng đỉnh, Nhân sốt ruột quá nhưng cũng đành cười gượng, đi nhờ xe của họ xuống chân đồi.

Xe vừa ngừng bên cạnh chiếc Jaguar, Hạnh lục lọi ví tay một hồi rồi rú lên:

- Hạnh để chùm chìa khóa trong áo coat, treo trong closet của nhà Liên rồi!

Nhân không biết làm gì hơn là vào xe 4Runner, ngồi với Ngọc-Châu và chờ Hạnh trở về nhà Liên lấy chìa khóa xe Jaguar. Nét mặt Ngọc-Châu đầy vẻ lo âu. Người nàng run rẩy, không biết vì lạnh hay vì sợ. Có thể là vì cả hai. Nhân mở máy xe và mở heat tối-đa, nhưng chỉ một lúc sau, Ngọc-Châu đã nói:

- Tắt máy đi anh! Chạy như vậy tốn xăng lắm. Mình còn phải để dành xăng vì trời mưa gió như thế này, không biết giờ nào mới về tới nhà, hết xăng thì phiền lắm.

Nhân thấy Ngọc-Châu có lý nhưng không nghe lời Châu vì không muốn Nàng bị cảm lạnh.

Độ 15 phút sau thì Hạnh trở lại với chùm chìa khóa. Loay hoay một lúc lâu, Hạnh mới tìm đúng chìa và lái chiếc Jaguar ra đằng trước khoảng ba thước, để Nhân đưa xe ra đường.

Dù vội, Nhân cũng xuống xe cám ơn Hạnh, bắt tay chàng trai tình-nguyện đưa Hạnh xuống đây, rồi lật đật cho xe phóng nhanh.

4.

Xe chạy được một vài miles, thì quần áo của Ngọc-Châu và Nhân mới bớt ẩm ướt. Tuy nhiên, vì hệ-thống sưởi được chạy đều nên hai người cũng cảm thấy ấm đôi chút. Nhân lái xe một tay, còn tay bàn tay kia nắm chặt tay Châu. Bàn tay nàng không mềm mại như bàn tay của những cô con gái thường được các nhà văn mô tả trong tiểu-thuyết. Bàn tay của Châu xương xẩu, chai cứng, chứng tỏ nàng đã phải làm việc rất vất vả. Đối với Nhân, bàn tay này mới là bàn tay đẹp. Nhân đưa bàn tay ấy lên môi, hôn thật say đắm. Ngọc-Châu không phản-đối, nhắm mắt lại, dựa đầu vào vai Nhân, như đang muốn đi tìm một giấc mơ thật dài.

Tuy nhiên, giấc mơ ấy mới thành hình được một thoáng ngắn ngủi thì Ngọc-Châu cảm thấy có một sự rung chuyển mạnh, một sự va chạm khủng-khiếp và dường như vũ-trụ đã vỡ tan ra từng mảnh. Ngọc-Châu cố mở mắt thật to để nhìn quanh xem Nhân ở đâu nhưng Châu chỉ thấy một màu đen thăm thẳm. Ngọc-Châu cố gắng gọi Nhân nhưng tiếng nói của Châu không hiện thành lời, nó tắc nghẽn trong thanh-quản, nghe văng vẳng như tiếng kêu từ cõi hư-vô...

***

- Châu, tỉnh dậy con! Tỉnh dậy đi con! Mẹ đây, tỉnh lại đi con!

Châu có cảm-tưởng như mình là một cô bé 9, 10 tuổi, buổi sáng ngủ quên, khiến Mẹ phải đánh thức để kịp giờ đi học. Nhưng sao chung quanh Châu có nhiều tiếng nói chuyện quá, không yên-tĩnh như phòng ngủ của mình? Châu cố gắng hé mắt. Mờ mờ trong hơi sương là khuôn mặt héo hắt, hốt hoảng của Mẹ nàng và bộ mặt choắt của người cha ghẻ. Châu cố chớp chớp mắt nhiều lần và ráng mở to đôi mắt. Bên cạnh Mẹ, Châu còn thấy có một người đàn ông mặc áo blouse trắng và một người đàn bà mặc áo blouse màu ngọc-thạch.

Châu muốn quay đầu nhìn quanh, xem đây là đâu nhưng đầu nàng nhức nặng quá, Châu không nhúc nhích được. Vừa lúc đó, Châu nghe thấy tiếng Mẹ reo lên:

- Bác sĩ ơi, cháu nó tỉnh rồi! Lạy Chúa tôi, con gái tôi tỉnh rồi!

Bây giờ thì Châu đã biết mình đang ở bệnh-viện. Châu cảm thấy toàn thân ê ẩm, đau nhức vô cùng. Nàng nhìn xuống chân, thấy chân trái bị bó bột. Châu đưa tay lên mặt. Mặt nàng còn quấn băng, vòng lên tới đầu. Châu chưa kịp hỏi thì thấy một Cảnh Sát viên bước vào, đưa cho người cha ghẻ của Châu một clipboard và nói:

- Xin Mr và Mrs Nuyen ký tên cho cái Báo Cáo Tai Nạn này để chúng tôi làm biên-bản. Khi nào miss Noc Chaw khỏe hơn, chúng tôi sẽ có cuộc thẩm-vấn để bổ-túc hồ-sơ.

Châu ngắt lời người Cảnh-Sát:

- Xin lỗi Ông. Xin Ông cho biết chuyện gì đã xảy ra?

- Chiếc 4Runner của bạn cô đã đâm vào một chiếc xe truck chở gỗ. Chiếc 4Runner bị bẹp dúm, hoàn-toàn phế-thải, đã phải kéo vào nghĩa-địa xe.

Châu nghẹn ngào:

- Còn bạn tôi?

Viên Cảnh-Sát lạnh lùng:

- Rất tiếc, ông ấy đã không qua khỏi. Dù airbag có bung ra nhưng cũng không bảo-vệ được người lái xe vì sự đụng chạm quá mạnh. Cô là người vô cùng may mắn.

Quay sang phía người cha ghẻ của Châu, lúc ấy đã ký xong tờ Báo Cáo Tai-Nạn, người Cảnh-Sát nói thêm:

- Lái xe trong đêm khuya, trên con đường dốc trơn trượt vì mưa bão như thế thì rất khó mà tránh được tai-nạn. Cha mẹ nên cố gắng mà khuyên bảo con cái ...

Tai Châu ù đi. Châu không nghe thấy giọng nói lạnh lùng của tên Cảnh-Sát nữa. Nước mắt Châu trào ra. Châu không còn nhìn thấy Mẹ, thấy người cha ghẻ. Châu chỉ còn nhớ đến lúc Nhân cầm tay nàng và đưa lên môi, hôn say đắm, nồng nàn. Có phải vì lái xe một tay, có phải vì sự rung cảm đã khiến Nhân không phản-ứng kịp thời khi chiếc xe truck lao vào chiếc 4Runner?

Châu nghẹn ngào:

- Nhân ơi, em đã giết anh! Em đã ham vui, ở lại hát đến nửa khuya, mới ra nông nỗi này. Nếu mình về sớm thì đâu có sao! Nhân ơi, tha lỗi cho em...

5.

Ngọc-Châu nằm bệnh viện gần hai tuần. Những vết thương trên đầu đã lành. Những vết thương trên mặt đã thành sẹo. Lớp bột bó chân trái của Nàng cũng đã được gỡ ra, nhưng Châu vẫn phải chống nạng khi đi lại.

Suốt hai tuần mê man trong bệnh viện, Ngọc-Châu đã không được dự đám tang của Nhân, không được đưa Nhân đến nơi an nghỉ cuối cùng, cũng không được nhìn mặt Nhân thêm một lần. Ngọc-Châu đã khóc, khóc tưởng như không còn nước mắt nữa. Có nhiều lúc, Châu tiếc là đã không được chết cùng Nhân. Giá được chết cùng nhau chắc là không còn đau khổ nữa!?

Về nhà được một tuần, theo quyết-định của người cha ghẻ, Ngọc-Châu được gửi vào nội-trú tại trường Thánh Mẫu ở thị-trấn Highland, cách quận Fairfield khoảng 2 giờ lái xe, chỉ về nhà trong dịp nghỉ lễ.

Theo lời người cha ghẻ thì ông muốn Ngọc-Châu vào nội-trú để yên tâm học hành, quên đi chuyện buồn.Nhưng theo Châu, nàng nghĩ rằng: đó là một cách trừng phạt cho sự nói dối của nàng trong đêm party mừng sinh-nhật Phương-Liên.

Thực sự, Ngọc-Châu sống như đã chết. Ngày xưa, Châu đã năn nỉ Mẹ và cha ghẻ để không bị gửi vào nội-trú vì không muốn xa bạn bè. Bây giờ, Châu biết nàng có năn nỉ cũng vô-ích. Vả lại, Châu không còn muốn gì nữa. Châu muốn buông xuôi tất cả. Tâm-hồn Ngọc-Châu đã tan vỡ rồi, Châu có còn gì mà mơ ước, mà theo đuổi, mà chờ mong!

Kể từ ngày ấy, những người ở vùng Fairfield không còn thấy một chàng trai trẻ lái chiếc 4Runner, ngày ngày đón đưa cô thiếu-nữ có vóc dáng thanh-tú, mái tóc xõa ngang vai, với những bước đi yểu-điệu, ở cuối dốc Beverly Dr. nữa.

Cũng kể từ ngày ấy, tại Pleasant Valley, gần chân đồi Windy Hill, nơi đã xảy ra tai-nạn thê thảm giữa chiếc 4Runner và chiếc xe Truck chở gỗ, không biết ai đã dựng lên một Thánh-Giá và trên thánh-giá có gắn những vòng hoa Cườm lóng lánh như châu ngọc.

Và đặc biệt, mỗi năm, cứ vào Sinh-Nhật của Phương-Liên - cô con gái ở trong ngôi biệt-thự trên đỉnh Đồi Gió, Windy Hill- người ta lại thấy một Dì Phước rất đẹp, có đôi mắt buồn vời vợi, mang những bông hoa tươi đến đặt dưới chân Thánh-Giá và ngồi khóc một mình cho đến lúc hoàng hôn.

NGUYỄN ĐỨC NAM

XUÂN VỀ NHỚ BẠN

Hồi Ký

Anh Nguyễn Đình Quý tốt nghiệp khóa 17 trường Bộ Binh Thủ Đức và khóa 17 Quân Xa ngành Quân Cụ. Anh Quý là người miền Bắc nhưng lớn lên ở Đà Lạt, học sinh trường Trần Hưng Đạo. Trước khi nhập ngũ, anh là Giáo Sư trường trung học tư thục Việt Anh. Khi tốt nghiệp trường Quân Cụ VNCH, anh được bổ nhiệm về Đà Lạt, phục vụ tại Đại Đội 851 Yểm Trợ Trực Tiếp Quân Cụ.

Đại Đội 851 Yểm Trợ Trực TiếpQuân Cụ lúc đó được tạm trú trên một doanh trại cũ của Bộ Chỉ Huy Ngự Lâm Quân, nằm trên khu đồi đối diện với đồn Kiểm Soát của Cảnh Sát, đầu đường Nguyễn Tri Phương và cách Trại Công Binh nửa quả đồi.

Nhà anh Quý số 17 Nguyễn Tri Phương chỉ cách Đại Đội Quân Cụ mấy trăm thước, có thể đi bộ đến đơn vị.

Bạn bè cùng khóa đều mừng cho anh và chính anh Quý cùng gia đình anh cũng rất vui mừng vì anh là con trai duy nhất trong nhà, luôn luôn cần anh để săn sóc song thân già yếu và các em gái còn nhỏ dại.

Vì là "dân" Đà-Lạt, lại từng là Giáo Sư trường Trung Học Việt Anh, anh Quý quen biết cả tỉnh và đi đến đâu cũng được quý trọng nên lo việc gì cho đơn vị, nhất là việc giao tế nhân sự, đều dễ dàng, nhanh chóng. Sự liên lạc với các đơn vị bạn như Công Binh, Truyền Tin, Quân Nhu, Quân Y, Quân Vận, trường Võ Bị Quốc Gia, trường Chỉ Huy & Tham Mưu, trường Chiến Tranh Chính Trị và cả Viện Đại Học Đà-Lạt… thì kể như không có vấn-đề gì cả: chuyện gì cũng chỉ cần một cú điện thoại, một lần ghé thăm trò chuyện là xong ngay.

Tôi nhập ngũ năm 1965, sau giai đoạn 1 với phần huấn luyện quân sự tại trường Bộ Binh Thủ Đức, tôi được chọn về học giai đoạn 2 là giai đoạn học ngành chuyên môn tại trường Quân Cụ, tại Hạnh Thông Tây, Gò Vấp.

Xin mở một dấu ngoặc ở đây : Tôi đang học môn Triết ở Đại Học Văn Khoa, vì quên bổ túc hồ sơ hoãn dịch nên bị bắt vào Trung Tâm Nhập Ngũ Quang Trung rồi được chuyển vào trường Sĩ Quan Thủ-Đức. Gia đình tôi và người yêu Gia Long đều không biết chuyện "Tôi Đi Lính" cho đến khi nhận được "Thư Của Lính" từ KBC 4100.

Trong thời gian thụ huấn, tôi gặp một người bạn văn nghệ là họa sĩ Trịnh Cung, lúc đó là Sinh Viên Niên Trưởng của tôi. Anh Trịnh Cung giới thiệu tôi vào Ban Biên Tập của nguyệt san Bộ Binh với các anh GS Nguyễn Khắc Ngữ, nhà báo Nguyễn Ngọc Bích và em là Nguyễn Ngọc Hồ. Anh Trịnh Cung khuyên tôi sau khi tốt nghiệp, nên liên lạc với các đàn anh văn nghệ ở Cục Tâm Lý Chiến để về làm cho tờ báo Tiền Tuyến hay làm cho Đài Phát Thanh Quân Đội.

Nhưng sau giai đoạn 1 ở Thủ Đức, tôi được chọn về ngành Quân Cụ. Khi đọc danh sách sinh viên Sĩ Quan được chọn ngành chuyên môn, cả vũ đình trường hơn một ngàn sinh viên sĩ quan đã reo lên mừng cho tôi và cũng la lớn trong ngạc nhiên vì một sinh viên Văn Khoa Saigon đã được chọn vào ngành Quân Cụ. Tôi cũng không biết ngành Quân Cụ là ngành gì, làm cái gì, ai xin tôi về ngành này.

Sau này, khi gặp Nhạc Sĩ Hoàng Nguyên trên Đà-Lạt tôi mới được biết anh là người đề nghị với Đại Tá Nhạc Sĩ Anh Việt Trần Văn Trọng, Cục Trưởng Cục Quân Cụ - hiện là Hội Trưởng Hội Văn Nghệ Sĩ Quân Đội VNCH - xin với Bộ Tổng Tham Mưu cho tôi về ngành Quân Cụ để làm tờ báo Khởi Hành là tờ báo của Hội Văn Nghệ Sĩ Quân Đội và phụ tá Nhạc Sĩ Hoàng Nguyên trong chương-trình phát thanh Quân Cụ trên Đài Phát Thanh Quân Đội.

Sau khi ra trường, tôi xin về phục vụ tại vùng 4 : Mỹ Tho, Long Xuyên, Cần Thơ, Châu Đốc, Rạch Giá vì tôi thích sống ở vùng đồng bằng sông Cửu Long và hơn nữa người yêu của tôi lúc ấy là nữ sinh trường Gia Long, quê nàng là Rạch Giá.

Vì tôi đỗ khá cao (Thủ Khoa khóa 21 Quân Cụ) và theo thỉnh nguyện của tôi, tôi được chấp thuận về trình diện Đại Đội Quân Cụ ở Cần Thơ.

Cầm Sự Vụ Lệnh trong tay, tôi đến khoe với gia-đình người yêu. Ông Bà Ngoại của Nàng, Ba Má Nàng và cả ông Cậu của Nàng đều mừng cho tôi vì mọi người đều cho rằng

Cần Thơ đúng là nơi sống lý tưởng cho vợ chồng tôi sau này và từ Rạch Giá họ có thể ghé thăm chúng tôi thường xuyên.

Nhưng ngay mấy ngày sau, Lưu Trọng Hiếu, người bạn cùng khóa đưa vợ sắp cưới đến thăm tôi. Hiếu là một người bạn miền Nam rất thân của tôi. Hiếu nhỏ bé, hiền lành, lúc nào cũng tươi cười.Vì tên Hiếu nằm quá thấp trong danh sách Sĩ Quan tốt nghiệp nên đã không được ưu tiên chọn chỗ theo ý muốn, phải nhận lệnh bổ nhiệm về Bộ Chỉ Huy 5 Tiếp Vận mà lúc bấy giờ cả Hiếu và tôi đều chưa biết Bộ Chỉ Huy 5 Tiếp Vận nằm ở đâu, quân khu nào, vùng chiến thuật nào!

Mặt Hiếu buồn thiu, nói với tôi không thành lời: *Bạn là dân Bắc Kỳ, không thể chọn đơn vị gần quê quán được thì đi đâu cũng vậy, chọn Cần Thơ làm chi, đổi chỗ cho "moa" đi. Đại Đội Quân Cụ Cần Thơ chỉ cách nhà bà xã tương lai của "moa" một cây cầu, bạn làm giấy hoán chuyển ngay bây giờ thì dễ lắm, chỉ vào phòng Nhân Viên, Cục Quân Cụ ký tên vào đơn xin hoán chuyển là xong ngay...*

Tôi thấy Hiếu có lý: Tôi sinh ở Hà-Nội, không có đơn vị Quân Cụ nào của VNCH ở gần Hà-Nội cả, thì làm sao tôi xin "phục vụ gần nguyên quán" được !

Nhìn bộ mặt buồn thiu buồn chảy, không giống khuôn mặt Lưu Trọng Hiếu tươi vui hàng ngày và nhất là nhìn ánh mắt hoen ướt của người đẹp Cần Thơ-vợ tương lai của Hiếu-tôi thấy lòng ái ngại. Tôi hẹn Hiếu ngày hôm sau đến Phòng Nhân Viên Cục Quân Cụ, làm giấy hoán chuyển cho Hiếu về Cần Thơ.

Thiếu Tá Trưởng Phòng Nhân Viên khi nghe tôi nói xin hoán chuyển liền đưa tôi vào trình diện Đại Tá Thông, Cục Phó Cục Quân Cụ. Tôi muốn "tá hỏa tam tinh", tưởng phen này bị đuổi ra khỏi Quân Cụ rồi. Nhưng Đại Tá Thông không mắng mỏ như tôi nghĩ. Ông ôn tồn hỏi:

- Chuẩn Úy nghĩ kỹ chưa? Chuẩn Úy đỗ đầu lớp Kế-Toán và Tiếp Liệu, có thể chọn đơn vị tân lập 831 ở Thủ Đức của Đại Úy Tấn, có thể về Tiểu Đoàn 230, về Lục Quân Công Xưởng, về Trường Quân Cụ ở Gò Vấp... nhưng Chuẩn Úy xin về Cần Thơ rồi bây giờ lại muốn hoán chuyển cho bạn là làm sao?

Sau khi nghe tôi trình bày lý do *"Tôi là Bắc Kỳ di cư, đi đâu cũng thế thôi"*, Đại Tá Thông gật đầu:

- Có ý giúp bạn, giúp người như vậy là tốt.(Quay sang nói với Thiếu Tá Trưởng Phòng Nhân Viên). Được rồi, làm Sự Vụ Lệnh cho Chuẩn Úy Nam về trình diện Trung Tá Phạm Kỳ Long, Bộ Chỉ Huy 5 Tiếp Vận.

Tôi không dám kể về những phản ứng của gia đình Người-Yêu-Gia Long, về những nức nở,những giọt nước mắt của Nàng cùng những lời trách móc của gia đình Nàng và những lời mắng mỏ của gia đình tôi.

Bộ Chỉ Huy 5 Tiếp Vận ở Nha Trang. Tôi bay ra Nha Trang cùng 6 Sĩ Quan cùng khóa 21 trình diện Trung Tá Long, Liên Đoàn Trưởng Liên Đoàn 85 Quân Cụ, thuộc Bộ Chỉ Huy 5 Tiếp Vận.

May mắn cho tôi là tôi đã được gặp Trung Tá Long ở Ban Mê Thuột, khi ông là Đơn Vị Trưởng của anh rể tôi. Tôi đã đi nhờ xe bà Long từ Gia Định lên Ban Mê Thuột thăm anh chị tôi khi tôi mới thi đỗ Trung Học đệ Nhất Cấp.Tôi không thể quên được bà Long: bà là một người phụ nữ miền Nam với khuôn mặt đẹp phúc hậu, trắng mịn và nụ cười thật tươi. Đó là lý do tôi yêu cô nữ sinh Gia Long, người miền Nam, sau này...

Tôi không biết Trung Tá Long còn nhớ tôi không nhưng sau khi đọc hồ sơ của tôi, ông hỏi tôi, giọng thân mật:

- Tôi biết em hoán chuyển cho bạn về Cần Thơ và xin ra đây. Liên Đoàn 85 Quân Cụ có các đơn vị ở Nha Trang, Phan Thiết, Đà-Lạt, Lâm Đồng, em muốn chọn nơi nào?

Nha Trang đẹp quá, tôi đã ra đây nghỉ hè nhiều lần nhưng Đà-Lạt thơ mộng hơn và mới chỉ được thăm một lần, tôi trả lời ngay:

- Xin Trung Tá cho tôi lên Đà-Lạt vì trên ấy có trường Đại Học, tôi có thể ghi danh học thêm...

Bẩy Sĩ Quan ra trình diện Bộ Chỉ Huy 5 Tiếp Vận tất cả đều muốn phục vụ tại đơn vị Quân Cụ Đà-Lạt nhưng chỉ riêng mình tôi được lên Đà-Lạt. (Có nhiều lý do tôi được lên Đà-Lạt sau này tôi mới biết và không tiện kể ra đây vì sợ mang tiếng "phe đảng", "COCC"...). Thế là tôi được lên Đà-Lạt, được gặp anh Nguyễn Đình Quý.

Trong những ngày tháng đầu tiên của tôi ở Đà-Lạt, tôi ở nhà anh Quý, sống trong gia-đình anh như một người em trai, bên cạnh Ngân, một nữ sinh Bùi Thị Xuân và Nga, nữ sinh Couvent des Oiseaux. Anh Quý đưa tôi đi ghi danh trên Viện Đại Học Đà Lạt, môn Chính Trị Kinh Doanh.Tôi không mang đủ giấy tờ do Đại Học Sài Gòn cấp nhưng ghi danh cũng xong, được bổ túc hồ sơ sau, nhờ anh Quý quen hầu hết nhân viên trong văn phòng, quen các Giáo Sư và cả Linh Mục Viện Trưởng nữa,

Anh Quý thường đưa tôi đi ăn, nhiều khi cuối tháng hết tiền, nhà hàng cho ghi sổ, khi nào lãnh lương mới phải trả.

Có tối, chúng tôi đi phòng trà, nghe Khánh Ly hát. Nếu muốn khiêu vũ thì cứ vô tư, thoải mái vì anh Quý quen thân với bà chủ Night Club, ít khi phải trả tiền thuê vũ nữ. Nhờ vậy mà một Chuẩn Úy nghèo mới biết khiêu vũ và ăn chơi dài dài. Gia đình người yêu của tôi ở Saigon nghe được tin này, rất lấy làm "sốt ruột", bàn tính cho Nàng lên Đà-Lạt trọ học ở nhà bà Dì.

Trong đơn vị, anh Quý dạy tôi đủ thứ vì những gì mình học trong quân trường không đủ và chỉ có tính cách lý thuyết mà thôi, khó thực hành. Anh Quý còn tập cho tôi lái xe Jeep rồi đưa tôi sang trường Võ Bị Quốc Gia thi lấy bằng lái xe. Khi tôi muốn ra ở riêng vì người yêu Gia Long của tôi đã bỏ Sài Gòn, lên Đà-Lạt, theo học trường Bùi Thị Xuân thì anh Quý liên lạc với Tiểu Khu Tuyên Đức, xin cho tôi một căn phòng trong nhà Sĩ Quan vãng-lai rất xinh xắn, nhìn ra những vườn hoa Hồng rực rỡ, thật thơ mộng trên đường La Rose, gần viện Pasteur.

Với tôi, anh Nguyễn Đình Quý không chỉ là một niên trưởng, một cấp chỉ huy mà còn là một người anh trong gia đình, một người bạn khi đi ăn chơi, một ân nhân khi mình cần giúp đỡ, một người Thầy có lương tâm. Tóm lại, anh Quý là một Thần Tượng của tôi.

***

Đại Đội 851 Yểm Trợ Trực Tiếp Quân Cụ của chúng tôi tọa lạc trên một doanh trại cũ, trước kia là trại lính Ngự Lâm Quân, gần đồn Cảnh Sát Nguyễn Tri Phương. Sau một năm làm việc tại đây, đơn vị tôi được di chuyển về doanh trại mới tinh do công ty RFK của Hoa Kỳ xây cất trên một ngọn đồi, phía sau Dinh 3 của Vua Bảo Đại.

Muốn đến doanh trại mới của Đại Đội 851 YTTT Quân Cụ thì từ Tiểu Khu trên đường Hùng Vương, theo dốc Pasteur, rẽ trái vào một con đường quanh đồi, sau Dinh 3, qua Trung Đội Truyền Tin, qua một khu gia binh, rồi tới một doanh trại rộng rãi, khang trang, thiết lập trên một ngọn đồi đã san phẳng. Chung quanh đơn vị tôi là những đồi thông xanh rất đẹp. Tuy nhiên theo tôi, doanh trại mới không được an toàn cho lắm vì nằm trong một lòng chảo, chung quanh là đồi cao, như một Điện Biên Phủ thu nhỏ. Đáng sợ hơn nữa là bên kia cổng trại là một nghĩa địa hoang vắng.Tôi thường nghĩ: nếu quân địch muốn dò thám đơn vị tôi, từ những đỉnh đồi, những ngôi mộ hoang chúng có thể quan sát các hoạt động của chúng tôi một cách dễ dàng, chính xác.Tôi không hiểu khi công ty xây cất RFK thiết lập doanh trại này, họ có tham khảo với cơ quan an ninh nào không? Có lẽ họ nghĩ rằng xây cất doanh trại cho một đơn vị kỹ thuật trong thời bình (hồi ấy Đà-Lạt là một thành phố yên bình vô cùng) nên RFK không quan tâm đến vị trí chiến lược, yếu tố an ninh ?

Tôi có thói quen đi uống cà-phê tối, thường la cà ở Cà-Phê Tùng hoặc nhà Thủy Tạ. Vào một buổi tối cuối năm, tôi đang ngồi ở Thủy Tạ, nói chuyện âm nhạc với Thanh Trang (tác giả bài Duyên Thề), hiện là Giáo Sư của trường Võ Bị thì được tin Trung Úy Thanh, thuộc Trung Tâm Truyền Tin, gần đơn vị tôi vừa bị địch bắn chết bằng một quả B40 trên đường vào Trung Tâm.

Trung Úy Thanh có thói quen về nhà ăn cơm chiều với gia đình rồi vào trại lúc chạng vạng tối, ngày nào cũng vậy.

Anh Quý thường bảo tôi: cậu coi chừng đấy, để địch biết thói quen của mình sẽ rất nguy hiểm. Tôi thấy anh Quý nói rất đúng và thay vì vào trại ngay, tôi đưa Thanh Trang về khách sạn Thủy Tiên (là nơi trường Võ Bị thuê cho các Giáo Sư ở) và ở khách sạn Thủy Tiên, đàn hát đến nửa khuya.

Khi tôi về đến đơn vị thì đã gần 1 giờ sáng. Cà-phê làm tôi trằn trọc, không ngủ ngay được, Tôi tìm một tờ tạp chí văn học, đọc lướt qua rồi chợt thiếp đi.

Đang lúc mơ mơ màng màng, tôi nghe thấy những tiếng nổ lớn, những tiếng nổ inh tai nhức óc, rung chuyển cả hầm trú ẩn.

Tôi mở hé cửa hầm, nhìn ra sân Đại Đội: một khối lửa khổng lồ đang bốc lên từ kho xăng. Kho Tiếp Liệu Quân Xa, Vũ Khí cũng đang bốc cháy. Lửa ngập trời. Tiếng súng nổ khắp nơi,

Tôi chụp vội chiếc nón sắt và khẩu súng Colt 45, chạy như bay sang hầm Truyền Tin, tìm anh Quý. Hầm anh Quý sụp đổ từ hồi nào ? Cách cửa hầm khoảng hai thước, trong ánh lửa chiếu sáng từ kho xăng, tôi nhận ra than hình cao gầy của anh Quý nằm bất động trên mặt đất.Tôi quỳ xuống bên anh, lay gọi tên anh nhưng anh không trả lời.Tôi sờ lên đầu anh. Đầu anh đầy máu.Tôi nghe tim anh. Tim anh không còn đập ! Tôi vuốt mắt cho anh, kéo anh vào văn phòng Đại Đội Trưởng cho bớt lạnh (?). Tôi nói với anh Quý:

- Nằm đây đợi em. Em sang hầm Đại Úy Vũ xem sao rồi gọi xe cứu thương cho anh.

Tôi chạy sang hầm Đại Úy Vũ. Hầm Đại Đội Trưởng hoàn toàn sụp đổ, lấp cả cửa ra vào. Có một lỗ thông hơi chưa bị lấp kín. Tôi ghé sát vào đó hét lớn:

- Vũ, Đại Úy Vũ có dưới đó không ?

Có tiếng rên và giọng thều thào:

- Em đây, Thắng đây. Em không nhìn thấy gì cả, chắc mù rồi, Thiếu Úy ơi !

Tôi hét to:

- Đại Úy đâu ?

Thắng rên rỉ:

- Chắc Đại Úy chết rồi, em gọi hoài không trả lời. Ngay từ lúc đầu, chúng thảy mấy quả lựu đạn xuống hầm. Hầm sụp. Tay em què, mắt em mù, không biết làm cách nào để bới đất, tìm Đại Úy !

Tôi an ủi Thắng, tài xế của Đại Úy Vũ:

- Ráng chịu đau chút xíu nữa. Tôi đi tìm Thượng Sĩ Phùng, lấy xe tăng, chở cậu đi bệnh xá.

Tôi chạy về phía sau của doanh trại là nơi có phòng thủ mấy chiếc chiến xa M41 và một chiếc xe Jeep biến cải thành xe bọc sắt. Theo cơ quan tình báo thì địch có thể dùng lối mòn từ ấp Quảng Thừa, sau doanh trại để tấn công đơn vị Quân Cụ và xâm nhập vào thị xã nên chúng tôi đã thiết lập một hệ thống phòng thủ rất kiên cố phía sau doanh trại do Thượng Sĩ Hoàng Phùng, một Hạ Sĩ Quan người Nùng có nhiều kinh nghiệm chỉ huy.

Tôi mới chạy được nửa đường thì đã thấy hai chiến xa và xe Jeep bọc sắt từ sau đơn vị chạy lên. Tôi nhảy lên chiến xa và nói với Thượng Sĩ Phùng:

- Mình không ngờ địch tấn công từ cổng chính. Bây giờ đường dây điện thoại bị cắt rồi, mình không liên lạc được với Tiểu Khu và các đơn vị bạn, phải tự lo thôi. Địch quân mặc quân phục như mình, chỉ khác là chúng không đi giày mà đi dép cao su, mình cứ thấy ai đi dép cao su là bắn...

Sau đó tôi leo lên xe Jeep bọc sắt do Trung Sĩ Thới lái, quay lại Hầm Chỉ Huy. Thới và tôi bới, xúc đất một lúc thì vào được bên trong hầm và tìm được Đại Úy Vũ. Vũ nằm bất động, mình bê bết máu. Hạ Sĩ Thắng, tài xế của Vũ thì một tay ôm cánh tay gãy, sắp lìa khỏi vai, mặt đầy máu, mắt nhắm nghiền...

Thới và tôi ráng hết sức mới lôi được Vũ và Thắng ra khỏi hầm, khiêng lên xe Jeep để Thắng chở hai người vào Quân Y Viện của trường Võ Bị Quốc Gia, cách đó khoảng 20 cây số.

Vì hầm Truyền Tin của anh Quý bị phá vỡ, hệ thống truyền tin bị cắt nên chúng tôi không liên lạc được với Tiểu Khu, Bộ Chỉ Huy Tiếp Vận và Liên Đoàn Quân Cụ. Hệ thống điện cũng bị phá hủy, không có đèn, trong sương mù dày đặc, đứng cách nhau 10 thước là không nhận ra thù hay bạn.Thượng Sĩ Phùng đã dùng máy Truyền Tin trên chiến xa và liên lạc được với Không Quân, xin hỏa châu. Nhờ hỏa châu soi sáng cả một vùng núi đồi, chúng tôi đã phát giác được toán đặc công và tiêu diệt gần hết. Số còn lại rút lui vào rừng, về phía suối Cam Ly, ấp Quảng Thừa, một số bị thương thì được khiêng vào khu nghĩa trang.

Sau khi địch rút lui, tôi phải lo chữa cháy, thu nhặt xác địch, dọn dẹp các kho Tiếp Liệu, Vũ Khí, kiểm điểm quân số để báo cáo lên Thượng cấp... đến khi trời hửng sáng, tôi mới có thời giờ quay lại văn phòng chỉ huy thăm Quý,

Thân thể anh Quý lạnh ngắt. Tôi lấy khăn ướt lau hết những vết máu trên mặt mũi anh. Khuôn mặt anh bình thản như người đang ngủ.

***

Từ Tết Mậu Thân đến nay, thấm thoát đã hơn 57 năm. Mỗi khi Tết đến, Xuân về tôi lại nhớ anh Quý vô cùng. Nếu kiếp sau, quê hương còn chiến tranh, tôi còn phải đi lính, phải chọn đơn vị thì chắc chắn tôi vẫn chọn Bộ Chỉ Huy 5 Tiếp Vận, Liên Đoàn 85 Quân Cụ và Đại Đội 851 ở Đà-Lạt, dù người yêu Gia Long có giận hờn, gia đình Nàng có chê tôi là "thằng khờ" và gia đình tôi mắng tôi "ngu như con bò" bởi vì tôi muốn gặp lại anh Nguyễn Đình Quý, một cựu Giáo Sư Trung Học, một Sĩ Quan Khóa 17 Quân Cụ. Tôi muốn sống một kiếp nữa với anh. Tôi rất hãnh diện được quen biết anh và tôi chắc gia đình anh, vợ con anh cũng mang niềm hãnh diện đó.

NGUYỄN ĐỨC NAM
(Tết Ất Tỵ)

VAI PHỤ

Truyện ngắn
(Gửi Ca Sĩ Loan Châu, người đã hát bài "Vai Phụ")

Mẫn biết rõ là My không yêu Mẫn. Những lúc My nằm trong tay Mẫn, mắt nhắm nghiền , đôi môi run nhè nhẹ, thì thầm gọi tên Huỳnh, Mẫn hiểu ngay là nàng đang nhớ Huỳnh, đang tưởng-tượng nằm trong vòng tay thằng bạn thân của Mẫn.

Huỳnh hơn Mẫn một tuổi, học hơn Mẫn một lớp ở trường trung học Chu Văn An. Huỳnh lại đẹp trai, nhà không giàu nhưng khá giả, đủ để Huỳnh may mặc cho đúng thời trang. Cả trường, đứa nào cũng phải công nhận Huỳnh ăn mặc rất "chic". Nguy hiểm cho các cô gái mới lớn hơn nữa là Huỳnh làm thơ tình rất bay bướm. Những bài thơ của Huỳnh, một khi đã được đăng báo, là các cô đua nhau chép. Có những cô đã học thuộc lòng thơ của Huỳnh, thuộc còn hơn cả bài học ở trường.

Thú thật, Mẫn cũng là kẻ phục tài Huỳnh sát đất và có khi đã lượm một bài thơ bỏ quên của Huỳnh, chép lại cho sạch sẽ, ký tên Mẫn để gửi tặng cô hàng xóm mà Mẫn mê như điên từ hồi học lớp đệ Tứ trường Nguyễn Trãi.

Huỳnh có tật làm thơ bất cứ lúc nào hứng, viết lên bất cứ chỗ nào có thể viết được : bìa sách, bìa truyện, giấy học trò, tờ lịch, napkin , sau đó chắc chắn là bỏ quên, không tiếc nuối. Vì vậy, Mẫn mới có dịp để ăn cắp thơ của Huỳnh mà Huỳnh không nhớ gì cả.

Nhưng tai hại thay, cô hàng xóm của Mẫn, ngoài sự thích thơ thẩn ra, lại còn thích nhiều thứ khác nữa như : quần áo mới, nước hoa, nữ trang v.v.., những thứ ngoài khả năng của một tên học trò nghèo và ngoài trí tưởng tượng của một cậu trai vừa mới lớn; Và cô láng giềng - người tình đầu của Mẫn - chẳng cần kèn trống, chẳng đấm cũng chẳng đá, đi theo một chàng tóc chải đít vịt, mặt mày nhà quê, nhưng có chiếc Vespa Italie bóng loáng, để lại trong lòng Mẫn một vết thương rướm máu.. trắng. Từ đó, Mẫn không thích ăn cắp thơ của Huỳnh nữa.

Mẫn không còn hy vọng là thơ thẩn sẽ mang lại tình yêu cho mình . Nhưng ngạc nhiên thay, Huỳnh vẫn ăn khách như thường, vẫn có các em mầm non văn-nghệ đến thăm nom, yêu đương tưng bừng. Nghệ sĩ chân chính khác nghệ sĩ thuổng ở chỗ đó? Mẫn như tỉnh ngộ và bắt đầu tập tành sáng tác.

Trong số các mầm non văn nghệ của Huỳnh, có Mỵ là xinh đẹp, dễ thương và được Huỳnh để ý nâng đỡ hơn cả. Mỵ không những chỉ đẹp mà ăn nói còn dịu dàng nữa. Mẫn không rõ hai đứa quen nhau trong dịp nào, chỉ biết rằng hôm Nhóm Văn-Nghệ Lạc Việt tổ chức buổi họp mặt Tất Niên ở Câu Lạc Bộ Văn-Học & Nghệ-Thuật thì Huỳnh dẫn Mỵ tới và hai đứa là một cặp nổi nhất. Chúng nó vừa nổi vì đẹp, lại còn nổi vì danh nữa. Thành thật mà nói, Mẫn rất muốn có một người yêu như Mỵ và Mẫn đã ghen thầm với Huỳnh suốt buổi đó. Huỳnh ngồi trong đám đông, bên người đẹp, lại còn được bao nhiêu người xưng tụng, tưởng như nói với Huỳnh được một câu là hãnh diện lắm rồi.

Mẫn đứng trên sân khấu, làm bổn phận xướng-ngôn-viên, muốn gây được sự chú ý của khán-giả, đã bắt buộc phải khen tặng Huỳnh, đề cao Huỳnh bằng những lời lẽ thật rực rỡ, nhưng lòng đau như cắt vì Mẫn thấy rõ Mỵ âu yếm nhìn Huỳnh, cấu khẽ tay Huỳnh ra vẻ sung sướng được làm em gái văn nghệ của Huỳnh. Rồi theo lời mời mọc của Mẫn, Huỳnh lên ngâm thơ, một bài thơ của Huỳnh sáng tác, lấy đối tượng là tình yêu và mùa xuân, rất được khen thưởng. Tiếng vỗ tay tưởng như không dứt được. Trong lúc đó, Mẫn thấy Huỳnh cao quá. Đôi mắt kính trắng gọng đồi mồi làm cho khuôn mặt trái xoan, trắng trẻo của Huỳnh đẹp một cách rất trí thức. Chiếc sơ-mi trắng may bằng vải pích-kê và chiếc quần nhung đen của Huỳnh sao mà lịch sự quá. Huỳnh đi trong những âm thanh của vỗ tay và trong những ánh mắt thán phục. Rồi Mỵ của Huỳnh cũng lên sân khấu giúp vui bằng một bài hát ngoại quốc. Nàng hát hãy còn non lắm nhưng người ta vỗ tay như điên vì sắc đẹp của nàng và vì nàng là người đi cùng với Huỳnh, phải vỗ tay để làm đẹp lòng Huỳnh.

Như tất cả những người nổi tiếng khác trên thế giới này, Huỳnh dẫn Mỵ về sớm. Từ lúc Huỳnh đưa Mỵ về, Mẫn không thiết nói năng gì nữa và trao công tác điều khiển chương trình cho một tên đàn em rồi ngồi vào đám đông, tìm an ủi trong những nụ cười, những điệu bộ nũng nịu khác. Tuy thế Mẫn không tài nào quên được bóng hình Mỵ với nụ cười tươi, giọng nói ngọt ngào và khuôn mặt thiên-thần.

Sau một đêm không ngủ, vì nhớ, vì mê, sáng hôm sau, Mẫn đến nhà Huỳnh trong lúc Huỳnh còn đang ngủ. Mẫn phải lay Huỳnh dậy và mời Huỳnh đi ăn sáng. Huỳnh cho hay sáng nay Huỳnh có hẹn đi chơi với Mỵ. Mẫn hoan hỉ bảo Huỳnh rủ Mỵ đi ăn sáng luôn cho vui. Dĩ nhiên là Mẫn xin hân hạnh được mời hai người.

Mẫn quen My sau buổi đi chơi đó và dần dần thân với My. Đối với Mẫn, My không còn là một vật bất khả xâm phạm như Mẫn đã nghĩ trong buổi dạ hội nào. Nhưng, với Mẫn, My vẫn là My- của- Huỳnh, vẫn ôm ấp Huỳnh, nắm tay Huỳnh, hôn hít Huỳnh ngay cả trong những lần đi chơi chung; Và, Mẫn luôn luôn nghĩ rằng mình chỉ là một " **Vai Phụ"** trong vở kịch "Tay Ba" hoặc chẳng khác gì một khán giả coi Huỳnh và My đóng phim ái-tình .

Vào những ngày đầu Xuân năm đó, Mẫn thường đến nhà My, ăn cơm, nghe My hát, chuyện gẫu với My hoặc nghe My tâm sự về Huỳnh. Có một buổi tối, Huỳnh hẹn mà không đến, My đã đưa nhật ký cho Mẫn xem. Qua những trang nhật-ký, Mẫn thấy My yêu Huỳnh điên cuồng. Huỳnh là nguồn sống, Huỳnh là thần-tượng, Huỳnh là tất cả. Chỉ cần coi sức của một trong hai đối thủ, Mẫn biết chắc kẻ sẽ thắng trong trận giặc ái tình này là Huỳnh. Mẫn không hiểu trong những lúc My mong đợi sự có mặt của Huỳnh thì Huỳnh đi đâu, làm gì, nhưng Mẫn chắc chắn rằng Huỳnh sẽ không cô đơn như người con gái này. Trước kia, Mẫn phục Huỳnh bao nhiêu thì nay Mẫn ghen ghét Huỳnh bấy nhiêu. Từ đó, tình yêu nhiệt thành của Mẫn dành cho My lại có thêm một chút tình thương nữa.

Có những đêm, Mẫn ở lại nhà My đến nửa khuya, đàn cho My hát những khúc nhạc sầu. Mẫn đàn không hay cho lắm nhưng nhờ thuộc những ca khúc mà My thích nên tiếng đàn của Mẫn cũng khá ngọt nên nhiều đêm, My bắt Mẫn đàn cho My ngủ. Những lúc nhìn đôi mắt My khép lại, hai làn mi cong cong và đôi môi hé mở, rung động như bướm buổi sáng, Mẫn muốn đặt một nụ hôn lên đôi môi ấy vô cùng. Nhưng, còn Huỳnh, thằng bạn thân của Mẫn ? Lỡ My không chịu, mách lại Huỳnh thì sao? Tình bạn giữa Mẫn và Huỳnh còn ra thế nào nữa?

Và Mẫn đã yêu My trong đau khổ, âm thầm. Trong khi Mẫn đau khổ thì My cũng không vui sướng gì vì Huỳnh lúc nào cũng có những người con gái xinh đẹp sẵn sàng đi vào con đường tình yêu với Huỳnh . Huỳnh đã có những dấu hiệu ngoại tình, bỏ rơi My. My lại viết nhật ký, lại khóc từng đêm, lại đưa cho Mẫn đọc, lại bắt Mẫn đàn ru nàng ngủ, lại bắt Mẫn an ủi nàng và vô tình, bắt Mẫn yêu nàng hơn. Nhưng Mẫn vẫn chưa dám tấn công vì không muốn lợi dụng lúc nàng đang đau khổ. Mẫn vẫn nhẫn nhục đóng Vai Phụ và quyết tâm đợi chờ.

Dịp may hiếm có tới với Mẫn : Huỳnh được học bổng đi du học. Ngày Huỳnh đi, My khóc hết nước mắt trong khi Mẫn mở cờ trong bụng. Mẫn cũng giả vờ bắt tay Huỳnh ra vẻ bùi ngùi nhưng chỉ muốn hét to lên, đuổi Huỳnh đi khuất mắt để Mẫn được gần gũi My sớm hơn. " Cái thằng trông đẹp trai, thông minh như vậy mà cũng ngu gớm", Mẫn thầm nghĩ khi Huỳnh cầm tay Mẫn ân cần nhờ Mẫn săn sóc My dùm trong bốn năm Mẫn du-học.

Từ khi Huỳnh đi, Mẫn năng lui tới My hơn, thứ nhất là để làm tròn lời gửi gắm của Huỳnh và thứ nhì là an ủi My trong lúc nàng đang buồn. Mẫn và My bắt đầu thấy cần nhau, nhớ nhau. Có những buổi tối không lại My, tâm thần Mẫn không yên, không làm gì được. My cũng vậy: độ vài tối, Mẫn không tới là nàng kêu buồn và trách móc liền.

Mẫn và My thỉnh thoảng đi ăn, đi ciné. Nhưng trong tất cả những cuộc gần gũi đó, Mẫn đối với nàng vẫn hoàn toàn trong sạch. Không phải là Mẫn muốn vậy nhưng thật ra Mẫn là thằng chết nhát, chỉ sợ nàng cự tuyệt thì ê mặt.

My bắt đầu để ý nhiều đến Mẫn. Có lúc nàng khen Mẫn đẹp trai. Có lúc nàng khen bộ quần áo Mẫn mặc may khéo và nàng nhắc Mẫn những modes quần áo của Huỳnh, nhắc Mẫn lối nói chuyện của Huỳnh, nhắc Mẫn những thói quen của Huỳnh, những bài thơ tình ướt át của Huỳnh.

Để vừa lòng My, Mẫn cố-gắng thay đổi từ cách ăn mặc, cử chỉ, ngôn ngữ, tác phong, kiểu tóc, kiểu kính trắng, kiểu xe đến cách làm thơ và cả nội-dung của những bài thơ nữa. Chỉ trong một thời gian ngắn mà Mẫn đã hoàn toàn biến đổi. Mẫn đã giống Huỳnh hoàn toàn.

Một buổi sáng thật sớm, Mẫn đến My. Nàng còn đang ngủ nhưng vì người nhà đã quá quen biết Mẫn nên để Mẫn tự nhiên vào phòng nàng. My ngủ, không đắp chăn, bộ đồ ngủ mỏng không che đậy được những đường nét cần che đậy. Đôi môi mọng của nàng hé mở như sẵn sàng đợi một nụ hôn. Mẫn đứng ngắm nàng ngủ rất lâu và cuối cùng để xua đuổi những ý nghĩ đen tối đang cuồn cuộn dâng lên trong đầu. Mẫn đặt nhẹ tay lên vai thon của nàng và khẽ lay.

My mở mắt, kêu lên kinh ngạc: "Anh Huỳnh !". Khuôn mặt My thật rạng rỡ. Rồi My kéo tay Mẫn, vòng tay lên cổ Mẫn ghì đầu Mẫn xuống, lẹ làng hôn lên môi Mẫn một nụ hôn nồng nàn. Mẫn tưởng như trời đất vừa sụp đổ. Tính sợ sệt e dè biến mất hết. Mẫn ghì lấy My... Đôi môi My ướt mềm, ngọt và mát như một miếng xu-xoa. Vòng tay con gái như con rắn quấn chặt cần cổ Mẫn. Thân thể My trong bộ quần áo ngủ mỏng, nằm gọn trong đôi tay điên dại của Mẫn. Bao nhiêu yêu đương âm thầm, bao nhiêu thèm khát dấu kín được dịp tung ra như trái bong bóng quá đầy hơi. Làm sao tả nổi những xúc cảm cuồng nhiệt của Mẫn lúc bấy giờ! Làm sao Mẫn có thể tách rời khỏi bản thể để ngó mình trong những động tác ấy? Bởi vậy, Mẫn không nhớ mình đã làm những gì và những gì đã xảy ra...

À thì ra Mỵ tưởng Mẫn là Huỳnh, giả vờ như không biết đến con người hiện thực của Mẫn. Điều ấy làm Mẫn hơi bất mãn trong vài giây của cuộc tình tự, nhưng sau vì xúc động quá, Mẫn cũng chả cần. Miễn là Mẫn được gần gũi nàng, nói rõ hơn là được làm chủ thân xác kiều diễm ấy trong ít phút, còn nàng muốn tưởng tượng Mẫn là ai thì điều ấy cũng chả có gì là quan trọng. Mẫn đã cố gắng, đã sung sướng làm tròn bổn phận của Huỳnh, của một người tình lý-tưởng.

Sau những phút biến động của tình cảm, Mẫn và Mỵ tách rời nhau. Một chút thẹn thùng hiện trong đôi mắt, trên khuôn mặt Mỵ. Cô bé cười nụ:

- Sáng nay anh đẹp quá, trông anh y như Huỳnh vậy, không khác tí nào. Lúc đầu em cứ tưởng Huỳnh tới với em như những buổi sáng ngày xưa.

"Ô, tôi mà giống Huỳnh, đẹp trai như Huỳnh sao? Huỳnh, tự thuở nào tới giờ vẫn là thần-tượng của tôi, mà ngày nay tôi ngang hàng với nó rồi ư?". Mẫn sung sướng quá, không biết nói gì nữa. Quen thói, Mẫn hôn lên môi Mỵ. Mỵ hưởng ứng, không một mảy may phản đối. Mẫn liền mang một chút hãnh diện trong lòng. Bây giờ, Mỵ đã biết rõ Mẫn là ai rồi mà Mỵ vẫn chấp-nhận tức là Mẫn cũng hiện-hữu. Mẫn muốn là người yêu thực sự của Mỵ. Mẫn chán đóng Vai Phụ rồi. Mẫn phải là Vai Chính mới được. Mẫn không thấy sợ sệt gì nữa. Mẫn như đang tiến dần đến thế chủ động. "Tôi muốn là người yêu thực sự của Mỵ, không phải núp dưới bóng thằng Huỳnh, cái bóng dáng ma quái đó, đã ám ảnh Mỵ bao lâu nay.".

Mẫn hy vọng tràn trề. Mẫn xử sự như một người được yêu chính cống. Mẫn vứt bỏ những mặc cảm xấu trai, nghèo nàn, kém cỏi. Mẫn cố xoay sở để có chút tiền còm, đưa Mỵ đi ăn chơi, đến những nơi mà trước đây, Huỳnh đã từng dẫn nàng đi. Cuộc sống của Mẫn vì thế mà biến đổi hẳn. Trước đây, khi chưa quen My, Mẫn là một thằng đại cù-lần, chăm chỉ hạt bột, một đứa con ngoan trong gia đình, một học sinh chăm chỉ ở học đường. Bây giờ, mọi sự đã khác hẳn. Bây giờ, Mẫn ăn chơi lêu lổng và dưới những con mắt của gia đình, Mẫn là một thằng hư hỏng. Không còn ai có thiện cảm với Mẫn, kể cả mấy đứa em nhỏ vì chúng có bao nhiêu tiền, Mẫn cũng vay hết và không bao giờ trả. Nhưng biết làm sao hơn khi mà Mẫn phải tới My, phải dẫn My đi chơi để My khỏi buồn. My đang buồn lắm, buồn khủng khiếp vì Huỳnh đã thưa thư từ cho My và một người quen của My đang học cùng trường với Huỳnh, ở Mỹ, viết thư về cho My, báo tin cho My biết là Huỳnh đang say mê, theo đuổi một cô gái cùng lớp, con của một tỷ phú Huê Kỳ.

Có những đêm buồn, My tới nhà Mẫn, bắt Mẫn lái xe lang thang suốt đêm. Có những đêm, Mẫn và My ngồi đến hai, ba giờ sáng ở hè đường, nhìn phố khuya vắng tanh và lũ chó chạy dông. Có những buổi chiều Mẫn bỏ học, cùng My chui vào rạp ciné máy lạnh nào đó, coi lại mấy xuất cho hết một buổi chiều. Có những buổi sáng, Mẫn tới đón My ở cổng trường rồi phóng xe đi Thủ Đức, Biên Hòa, hoặc ghé vào một bóng mát, một quán giải khát nào bên xa lộ ngồi than dài với nhau.

Trong thời gian ấy, Mẫn có làm một vài bài thơ tình và được đăng trên báo, trong mục *"Thơ Bạn Trẻ"*. Mẫn tưởng Mẫn là một thi sĩ rồi nên chẳng thèm học nữa. Kết quả kỳ thi Tú-tài năm đó, Mẫn rớt ngay keo đầu. Dĩ nhiên là Mẫn buồn lắm. Mẫn cảm thấy tự ái bị thương tổn nặng. Thi sĩ mà thi Tú-tài ban C không xong thì còn gì nhục bằng. Thế là, không kèn không trống, Mẫn bỏ thành phố, bỏ những nơi chốn yêu đương, đầy kỷ niệm, trốn về một ngôi nhà thuộc vùng ngoại ô, học đêm, học ngày suốt ba tháng hè để dự thi lần thứ hai.

Mẫn đỗ kỳ thứ hai, ban Văn Chương, hạng Thứ. Với cái thân thể gầy còm, sau những đêm ngày học gấp rút, với bộ quần áo không vừa vặn như xưa, Mẫn mò đến nhà My̧, trước là để báo tin thi đỗ, sau là rủ My̧ đi chơi. *"Tội nghiệp My̧, Huỳnh đã bỏ My̧, tôi lại không tới My̧ cả tháng nay, chắc cô bé nhớ tôi, chắc cô bé cô đơn lắm?"*

Quen như mọi lần, Mẫn đi lên gác và bước vào phòng My̧. Phòng My̧ vắng tanh, chỉ có những đồ vật, những quần áo của My̧ im lìm trước mắt Mẫn. Nhìn chiếc giường xinh, trải khăn hoa mà thân thể thơm tho của My̧ đã từng nằm lên, lòng Mẫn thấy bồi-hồi, ngẩn ngơ. Kỷ niệm những ngày yêu đương còn đó, đang có mặt trong căn phòng nhỏ bé, ấm cúng này. Mẫn rời căn phòng đầy kỷ niệm ấy với nỗi sầu mênh mang. Không buồn hỏi chị người làm là My̧ đi đâu, Mẫn gọi Taxi ra trung-tâm thành phố.

Khi xe chạy qua hè đường Lê Lợi, Mẫn thấy My̧ và một tên giống hệt Mẫn dung dăng dung dẻ như đôi chim non. Đó là hình ảnh Huỳnh-My̧ thuở xưa, là hình ảnh My̧ và Mẫn trong mấy tháng qua. Gã con trai giống Huỳnh và Mẫn từ dáng người, từ mái tóc, khuôn mặt tới cặp kính trắng, bộ quần áo và đôi giày.

My̧ đã cấu tạo được một thằng Huỳnh thứ ba để thay thế thằng Huỳnh thứ nhất, thằng Huỳnh thứ hai (là Mẫn.) Mẫn không còn lý do gì để đóng vai trò của một cái bóng trong cuộc đời tình ái của My̧ nữa. Mẫn đã trở nên dư thừa rồi. Mẫn mỉm cười chua chát và nghĩ rằng đã đến lúc vai trò diễn viên phụ nên chấm dứt từ đây.

Mẫn không hiểu đến khi nào thì thằng Huỳnh thứ ba bị phế thải và trong tương lai, không biết sẽ còn bao nhiêu thằng Huỳnh nữa. Mẫn không ghét My̧, không giận My̧ vì biết nàng làm thế chỉ vì yêu Huỳnh quá. Không ai có thể thay thế nổi bóng dáng người tình thứ nhất của Mỵ được. Người con gái khi yêu, còn có thể làm nhiều chuyện tày trời khác, chuyện biến đổi cá-thể của một người có gì là đáng trách móc đâu?!

"Dù sao, tôi cũng không thể là Huỳnh, vì ngoài những phút là Huỳnh, tôi còn phải là tôi. Theo như thuyết hiện sinh của Jean Paul Sartre Tôi hiện-hữu, Tôi phải trở về với bản thể, bản ngã. Tôi xin trả lại em cái Vai Phụ đó để em trao cho những người con trai khác."

Mẫn xa Mỵ hoàn toàn. Đã bao nhiêu mùa Xuân qua, Mẫn không có tin tức gì về Mỵ cả. Tuy nhiên, mỗi khi Xuân đến, Mẫn đều nhớ nàng, dù Mẫn chỉ được nàng yêu chưa đầy một mùa Xuân. Mẫn vẫn cho rằng : dù chỉ được yêu trong một mùa Xuân và được yêu qua hình bóng một kẻ khác nhưng thân xác trần tục, xấu xí này mà được gần gũi vóc dáng Tiên-Nga trong cả một mùa Xuân thì cũng đủ mãn-nguyện lắm rồi.

NGUYỄN ĐỨC NAM

CON SÓC TRẮNG TRONG SÂN GREEN MEADOW

Truyên ngắn
Tặng Julie, Hye-Soo, Haeseon và các bạn Golfers.

1

Mặt Trời đã ngả sang phía Tây. Hoàng hôn đang từ từ buông xuống sân Golf Green Meadow. Andy mới chơi xong 9 lỗ đầu- front nine-và sửa soạn lái xe Golf sang lỗ số 10 thì một cô gái từ trong Club house,đẩy một túi Golf bước vội tới chỗ Andy đậu xe. Cô gái còn rất trẻ, mặc một bộ đồ chơi Golf mầu trắng : váy trắng ngắn,cao hơn đầu gối và áo polo ngắn tay, hở cổ. Andy đoán nàng khoảng ngoài 20 tuổi và là người Hàn Quốc.

Nàng cúi đầu chào Andy và nói bằng một giọng tiếng Anh rất sõi:

"-Can I join you ? I didn't have Tee Time, just walked- in and Proshop manager told me to join you because you play alone..."

Giọng nói ngọt ngào và dáng điệu thanh khiết của cô gái trẻ làm Andy không thể từ chối vả lại chơi Golf một mình trong chiều tà cũng buồn lắm.

Andy nói nhanh:

"-Please share Golf cart with me, so you don't have to walk. We need to drive so we can finish before sunset.."

Cô gái Hàn Quốc bắt tay Andy:

"-My name is Judy Hwang..."

"-Andy Trần..."

Vừa dứt lời, Andy đã nhanh nhẹn cột túi gậy đánh Golf của Judy vào xe Golf của mình rồi chạy xe đến chỗ Tee Box để phát bóng.

Judy swings rất đẹp và banh đi rất xa, rất thẳng, nằm giữa fairway.Nhìn dáng điệu phát bóng với thân thể kiều diễm của Judy, Andy không ngăn được những ý nghĩ nóng bỏng...

Trong lúc lái xe trên sân cỏ, có đôi lúc sân không bằng phẳng, xe nghiêng qua,nghiêng lại, xô đẩy thân hình con gái tròn lẳn, ấm êm vào người Andy. Andy luôn miệng nói "sorry" nhưng thực sự muốn những đụng chạm đó cứ xẩy ra nữa...

Gió chiều thoảng đưa mùi hương phấn của Judy lướt qua mũi Andy làm Andy tưởng như đang vào vườn hoa Bưởi, hoa Cam ở sân Tustin Ranch...

Nhưng rồi 9 lỗ của sân sau -back 9- cũng qua đi trong luyến tiếc. Judy và Andy cùng than :

- Ồ, chóng hết quá !

Nhưng mặt trời đã lặn sau dẫy núi Big Bear, phố đã lên đèn. Andy không thấy đói nhưng muốn mời Judy ăn tối nên kêu đói.

Judy cười:

"-Judy cũng đói nhưng phải về Hotel ăn cơm tối với Phi Hành đoàn vì sáng mai phải bay sang Malaysia sớm."

À thì ra Judy là Chiêu-Đãi-Viên hàng không của Korean Airline,có đường bay từ Seoul sang Los Angeles rồi từ Los sang Malaysia...

Andy đề-nghị:

"-OK, Judy thích ăn Phở không? Tôi đưa Judy đi ăn Phở có Một-Không-Hai (102) rồi đưa Judy về khách sạn sớm để họp mặt với phi-hành đoàn..."

Judy mừng rỡ reo lên:

"- Wow, Phở? I like Phở! Let's go!"

Thế là Andy đưa Judy đến tiệm Phở mới mở trên đường Edinger,gần xa lộ 405, cách sân Golf chỉ khoảng 15 phút lái xe.

Trong lúc ăn, Judy cho Andy biết : ngoài công việc chiêu-đãi-viên hàng không, Judy còn là huấn-luyện-viên môn Golf ở Seoul.

Thường thường Judy theo chuyến bay Seoul-Los Angeles mỗi tháng một lần. Đến Los Ageles vào buổi chiều, Judy hay tìm sân Golf địa phương chơi 9 lỗ như một phương thức tập thể dục, tình cờ chiều nay gặp Andy.

Andy cũng cho Judy biết mình là một cầu thủ chơi Golf và đang tập dượt để thi đấu giải Golf US Open trong vài tháng tới.Việc làm chính của Andy là chuyên viên Kế-Toán nhưng rất "mê" Golf nên chiều nào cũng ra sân tập,tình cờ chiều nay gặp Judy.

Lúc chia tay Judy tại Hilton Oceanfront, Judy nắm tay Andy dặn dò:

"-Anh giữ dùm Judy bộ Golf club để lần sau sang chơi,không phải mang theo. Nếu có djp sang Hàn Quốc, đến Seoul, Judy sẽ take care cho anh từ A đến Z..."

Andy ôm và hôn nhẹ lên má Judy rồi đứng ngây người nhìn bóng dáng nàng khuất trong Hotel lobby, lòng cảm thấy trống vắng,bâng khuâng lạ thường...

2
Tin Tức Thế Giới: Chiếc Boing 747 Gặp Nạn.

VNNews. *Chỉ 12 phút sau khi rời đường bay, một tiếng nổ vang lên từ phía sau thân máy bay. Toàn bộ hệ thống điều khiển bị phá tan. Chiếc 747 của hãng Hàng Không Hàn Quốc bị rơi vào một vòng xoáy tử thần, trồi lên rồi lại bổ nhào xuống như một con diều đứt dây. Mã khẩn cấp Squawk 7700 được phát đi, báo hiệu thảm họa.*

Giọng Phi-cơ Trưởng: "Khẩn cấp,Korean Airline 123...xin quay lại Kuala Lampur..."

Trong buồng lái,nhân viên phi hành chiến đấu trong tuyệt vọng. Họ đã cầm cự suốt 30 phút trên bầu trời cố gắng điều khiển một chiếc máy bay không còn hoạt động. Trong khoang hành khách,những lời cầu nguyện vang lên, xen lẫn những tiếng khóc...

Có lẽ đây ây là một thảm họa hàng không tồi tệ nhất trong

lịch sử hàng không Hàn Quốc: 269 hành khách và 10 phi-hành đoàn đã mất tích...

(AN Saigon)

3

Như thường lệ, sau khi tan sở, Andy ghé qua sân Golf Green Meadow tập khoảng vài giờ cho khỏe. Trời đã về chiều. Hoàng hôn trên sân Golf thật là đáng yêu.Sân Golf vắng lặng vì nhóm "Foursome" cuối cùng cũng đã rời khu đậu xe và kéo nhau vào nhà hàng.

Andy có cảm tưởng sân Golf này là của riêng mình và mỉm cười, thầm nói: "nếu trúng số Độc Đắc,mình sẽ mua sân này cho bạn bè chơi free".

Đang lúc Andy tưởng tượng là chủ sân Golf thì một con Sóc Trắng từ sau gốc cây Phượng Tím nhanh nhẹn chạy ra chỗ xe Golf của Andy. Con Sóc Trắng này rất đẹp và Andy chưa thấy ở sân Golf này bao giờ. Nghĩ rằng Sóc đói, chạy ra xin ăn. Sẵn có một gói khoai tây chiên khô trong túi đựng banh, Andy mở gói khoai tây khô, thẩy xuống đất cho Sóc. Nhưng Sóc không ăn mấy miếng khoai rơi dưới đất mà nhẩy thoắt lên xe Golf, ngồi bên cạnh Andy và lấy hai chân khều khoai tây khô từ trong bao ra, ăn ngon lành. Dù sao thì Sóc này cũng không táo bạo như sóc ở sân Mile Square: chúng nhẩy lên xe của Golfers, lấy bánh mì,kẹo, các thức ăn rồi chạy lên đỉnh đồi ngồi nhâm nhi với nhau ngon lành, vừa ăn vừa nhìn Golfers vừa cười...

Ăn hết gói khoai tây chiên, Sóc Trắng không nhẩy về gốc Phượng Tím mà cứ ngồi trên xe Golf, bên cạnh Andy. Andy hơi ngạc nhiên về sự thân thiện ấy nhưng cứ thản nhiên phát bóng chơi liên tiếp từ lỗ số 10 (back nine).

Khi Andy chơi tới lỗ 15,par 5, gần 500 yards thì trời đã tối, chỉ còn thấy trái banh mờ mờ bay trong bóng chiều tà. Đèn đường phía ngoài sân Golf đã bật sáng nhưng trong sân Golf thì hoàn toàn tối.Andy đánh một quả banh khá xa và hình như banh lạc vào khu rừng hoa dại. Đó là một trái banh mới, hiệu Titleist, mầu xanh lá mạ rất đẹp mà Mike mới tặng Andy một hộp nhân dịp sinh nhật. "Không thể mất trái banh đó được!", Andy trèo vào bụi hoa dại, cầm cây gậy sắt, vạch hoa, tìm banh.

May quá,nhờ có ánh đèn từ Apple iPhone 16, Andy thấy trái banh Titleist nằm trong bụi hoa. Dù trái banh chỉ giá có mấy đồng nhưng Andy cảm thấy vui vui khi tìm được nó, vừa bước ra khỏi khóm hoa dại vừa huýt sáo.

Nhưng khi gần đến chỗ xe Golf, Andy giật mình, ngừng huýt sáo ngay lập tức vì... Judy đã có mặt, ngồi ngay trên xe, chỗ con Sóc Trắng ngồi trước đây mấy phút,

Judy mặc bộ đồng phục chiêu -đãi-viên Hàng Không của hãng hàng không Hàn Quốc rất nhã nhặn, thanh lịch. Khuôn mặt nàng đẹp như thiên thần nhưng hơi có vẻ mệt mỏi. Andy đoán biết chuyện gì đã xẩy ra cho Judy nhưng giả vờ như không biết và cũng chẳng cần biết miễn là có mặt Judy ở đây là đủ,là tốt, là vui rồi.

Andy vồn vã:

- Judy mới đến? Có đói không, mình đi ăn nhé?

Judy gật đầu:

- Judy đói lắm, ăn hết gói potato chips của anh rồi,anh thấy không? Hai hôm nay chưa được ăn cơm ...

Andy biết tai nạn máy bay đã xẩy ra hai ngày rồi nhưng không hỏi gì cả, chỉ vui vẻ nói:

- Ồ hôm nay anh sẽ đưa Judy đi ăn cơm phần có canh chua và cá kho tộ hết xẩy...

Từ sân Golf Green Meadows tới tiệm ăn Mirada trên đường Edinger chỉ mất 15 phút.Đây là một tiệm ăn Thái Lan đã được một đôi vợ chồng Việt Nam trẻ tuổi mua lại nhưng vẫn giữ tên cũ. Miarada có những món ăn thuần túy Việt Nam,giá phải chăng nên khá đông khách.Khi Judy và Andy đến tiệm đã khá đông nhưng cũng còn một bàn trong góc cho hai người. Thực khách đều chú ý đến bộ đồng phục hàng không Hàn Quốc của Judy và khuôn mặt xinh đẹp của Nàng. Andy nhận biết điều đó và trong lòng dâng lên một niềm hãnh diện khó tả.

Ăn cơm tối xong, thay vì về khách sạn Hilton, Judy nói nhỏ với Andy:

- Hãng máy bay Hàn Quốc không còn giao-kèo với khách-sạn Hilton nữa, anh cho em ngủ nhờ một thời gian được không?

Andy mừng rỡ:

- Được chứ ! Condo của anh có 2 phòng, sẽ để dành một phòng cho Judy, Judy muốn ở bao lâu cũng được.

Giọng Judy có vẻ buồn:

- Em chỉ được ở Mỹ tối đa 49 ngày thôi ! Em ở với anh, tập luyên Golf với anh cho đến ngày anh thi đấu Golf US Open rồi em sẽ về Hàn Quốc.

Andy reo lên:

- Perfect ! Còn một tháng nữa là US Open, sẽ tổ chức tại sân Torrey Pines, San Diego; anh đưa Judy xuống San Diego chơi vài tuần luôn.

"It looks like a perfect plan"!

4

Andy xin nghỉ một tháng không ăn lương, ở nhà tập dượt Golf với Judy. Từ ngày có Judy về ở chung, Andy vui nhiều nên trông trẻ hẳn ra, đẹp trai hẳn ra. Bạn bè kháo nhau rằng nhờ có "men tình" nên con người tươi trẻ hơn tuy nhiên, thực sự Judy và Andy tuy ở chung nhà nhưng vẫn ngủ riêng phòng. Judy sợ Andy buồn nên thường khuyên Andy:

- Tập luyện Golf cần giữ dìn sức khỏe để tranh tài. Trong trận đấu có rất nhiều tay chơi Golf nhà nghề giỏi và trẻ, mình phải cố gắng lắm mới thắng được. Kỳ này,giải nhất là 3 triệu, giải nhì là 2 triệu 5, giải ba là 2 triệu 2. Anh cứ đoạt được giải ba cũng đủ để mua một condo hạng sang ở Irvine, không phải đi thuê nhà nữa...

Andy thấy Judy có lý nên dù yêu Judy nhiều nhưng Andy vẫn... nhịn.

Ngày ngày, Andy ra Driving Range, Putting Range tập với Judy và sau đó đến mấy sân Public Golf chơi 18 lỗ, đôi khi chơi 27 lỗ,tuy mệt nhưng rất vui.

Trong gần một tháng luyện tập, Andy tiến triển vượt bực: Andy đã hạ gần hết những cao-thủ của vùng Orange County. Những Hào-đàn, Miên-cháy,Thạch-Nhè, Bop Vu MD, Tùng-

Răng, Hiệp-Alain, Hoàng-Police, Mỹ-Còm... đều phải khen Andy chơi quá hay...

******

Rồi 4 ngày tranh giải US Golf Tournament tại Torrey Pines cũng đã đến. Tất cả cả cao-thủ của môn Golf trên nước Mỹ đã về đây tranh tài.Các cao-thủ quốc-tế cũng không bỏ lỡ cuộc tranh tài sôi nổi này với tiền thưởng ngoài dự tính.

Ngày đầu tiên vì còn bỡ ngỡ, Andy đánh được 75 điểm trong khi Scottie Scheffer, Roy Mcllroy, Tommy Fleetwood, Rick Fowler,Justin Thomas được 72 điểm.

Sang ngày thứ hai, Andy chơi khá hơn,được 73 điểm.Ngày thứ ba Andy được 72 điểm. Ngày thứ tư, Andy được 4 cái Birdies, 5 cái Pars.

Công nhận là Andy chơi xuất sắc nhưng được 4 Birdies (được trừ 1 điểm cho mỗi lỗ) và 5 Pars (bằng điểm cho mỗi lỗ) thì chỉ có Judy biết rõ.

Ngày cuối cùng của cuộc tranh giải Golf US Open trời âm u và có những hạt mưa bụi, dường như là hơi nước từ biển Thái Bình Dương bay lên.Có nhiều tay chơi không quen với không khí ẩm ướt và trời u ám. Đặc biệt là khán giả và cả Ban Tổ-Chức, Giám-Sát Viên cũng không nhìn rõ khung cảnh chung quanh lá cờ,trên Green.

Để giúp và đền ơn Andy đã cưu mang mình trong hơn một tháng qua, Judy đã biến dạng thành Con Sóc Trắng dễ thương và không ai thấy con Sóc Trắng đó len lỏi trong đám cỏ gianh, trong bụi hoa vàng chung quanh Green và ngay khi trái banh của Andy bay trên không gian mờ nhạt, rớt xuống quanh Green thì Sóc Trắng nhanh như chớp ngậm trái banh của Andy bỏ vào lỗ, dưới chân cờ. Đó là điểm Birdie hay Par cho Andy.Nhờ vậy mà trong ngày cuối cùng, Andy được: 4 cái Birdies, 5 cái Pars và được 68 điểm. Tổng cộng điểm cuối cùng của Andy là 72 điểm, đứng hạng tư, lãnh US$2 triệu.

5

Chiều nay, Andy ghé vào sân Golf Green Meadow dự tính chơi 9 lỗ với Judy nhưng đến lỗ số 10, bên gốc Phượng Tím, không thấy July đâu, chỉ thấy bên gốc cây ai đó đã để một bó hoa và mấy nén nhang đang cháy dở dang. Bên cạnh bó hoa, có một lá thư, gửi cho Andy.

Spring Valley ngày... tháng 3, 20..

Anh Andy yêu quí

Chắc anh đã biết em là chiêu-đãi-viên hàng không của Korean Airline 747 bị rớt trên bờ biển Malaysia và tất cả hành khách cùng phi-hành-đoàn đều tử nạn.

Như anh đã biết, theo Phật Giáo, sau 49 ngày, linh hồn sẽ được siêu thoát. Linh hồn và thể xác em đã sang đây để cùng vui sống với anh, một người có duyên với em từ kiếp trước. Rất tiếc, linh hồn em phải về Hàn Quốc để được siêu thoát và đầu thai vào kiếp khác.

Chúc anh vui sống và thành công trong môn Golf.

Yêu anh ngàn đời.

Hẹn anh kiếp sau.

Em của anh: Judy Hwang

LTG:

Từ ngày đó, mỗi lần gặp một thiếu nữ Hàn Quốc trên sân Golf, Andy đều tưởng là Judy và ngẩn ngơ không tập trung vào cuộc chơi được nữa, thật tội nghiệp!

NHỮNG NGƯỜI ƯA VẤT VẢ

Để tặng những người thích làm báo và để tưởng nhớ Nguyễn Nhật Hoàng, Đoàn Văn Kiệu, Bùi Nhật Huy.

Vào khoảng hai mươi năm trước, một nhóm bạn của Nguyên gồm có Linh, Bùi, Nhật, Tường, Đoàn và Vĩnh đã ôm mộng làm một tờ báo song ngữ. Tờ báo có hai phần: phần Việt ngữ là phần đầu, do các nhà văn nhà báo có tên tuổi phụ trách và phần Anh ngữ do ban dịch thuật gồm có những giáo sư Anh văn đảm-trách với sự cố-vấn của một nhà báo Mỹ. Vì kỹ thuật ấn loát và hệ thống computer hồi ấy còn nghèo nàn, đơn giản và chậm chạp nên các bài vở đều phải đánh máy và bỏ dấu bằng tay.

Chị Vĩnh, dù bận rộn với hai cháu gái nhỏ, đã tình nguyện làm công việc đánh máy. Nguyên, vốn là một nhà báo có tiếng một thời ở Saigon, được anh em giao cho việc đánh dấu và sửa những lỗi đánh máy vì Nguyên là dân "Bắc Kỳ", nhận rất rõ sự sai lầm của những dấu "ngã" và "hỏi". Bùi là một luật sư, quen biết nhiều, được anh em ủy thác làm chuyên viên đi lấy quảng cáo. Nhật, trẻ nhất trong nhóm, đang học ngành kỹ sư ở Đại Học Maryland, nhận những trách vụ linh tinh như đi bỏ báo, gửi báo qua hệ thống bưu điện, ngoài ra còn phụ trách trang khoa học, kỹ thuật và tìm hiểu. Linh, nguyên là giáo sư Anh Văn nên ngoài vấn đề dịch thuật còn phải làm "thầy cò" cho phần Anh ngữ vì Nguyên chỉ biết đọc, hiểu Anh ngữ sơ sơ chứ chưa đủ trình độ để biết một câu Anh văn viết sai hay đúng. Tường, trước là giáo sư văn chương được anh em yêu cầu làm biên tập viên, làm việc cùng với Đoàn, một cựu sĩ quan cao cấp, để chọn lựa bài vở. Vĩnh, một nhà thơ, dĩ nhiên là có nhiệm vụ phụ trách trang thơ ngoài ra còn được anh em tín nhiệm trong vai trò Trưởng Ban Điều Hành. Dù việc làm gì hay giữ chức vụ gì, phần đóng góp đều như nhau: mỗi người chung vốn một ngàn Mỹ kim. Nguyên được bầu làm thủ quỹ, giữ sổ chi, thu, khai thuế, ký ngân phiếu cùng với Trưởng Ban Điều Hành...

Báo mới ra được vài số đã nhận được rất nhiều thư khen ngợi nhất là các bậc phụ huynh có con cái đang tuổi đi học, rất vui mừng khi thấy trang Anh Ngữ có những bài viết về lịch sử Việt Nam. Quý vị phụ huynh cho rằng các trẻ em lớn lên ở Mỹ, khi muốn nghiên cứu về lịch sử Việt, chắc chắn là gặp khó khăn trong vấn đề am hiểu Việt ngữ. Do đó, dịch lịch sử Việt Nam sang Anh ngữ cho các em là điều rất hữu ích. Số báo bán ở các tiệm thực phẩm Á châu không được nhiều nhưng số lượng độc giả dài hạn thì càng ngày càng tăng. Nhất là các thư viện của tiểu bang và cả thư viện lớn nhất nước Mỹ là "Library of Congress" gửi giấy đặt hàng dài hạn và trả tiền trước cả năm trời, làm anh em vô cùng phấn khởi.

Sau những giờ làm việc để kiếm sống, sau những giờ học miệt mài, với hy vọng đạt được một vài bằng cấp Đại học để có một công ăn việc làm tương đối ổn định, Nguyên và các bạn thường đến nhà Vĩnh ở Germantown để đọc bài vở, sửa lỗi đánh máy, trang trí, trình bày báo và bàn bạc cũng như nghe Văn tường trình bảng kết toán.

Chị Vĩnh là người vất vả nhất vì ngoài việc sửa chữa những chữ, những câu sai, lại còn phải lo cơm chiều cho sáu bảy ông bạn của chồng. Nguyên thích nhất món rau xào thịt bò của chị Vĩnh. Cơm chiều thường chỉ có vài món đơn giản nhưng Nguyên ăn thấy ngon vô cùng, ngon hơn tất cả những món ăn ngon đắt tiền trong cái khách sạn sang trọng mà Nguyên làm Trưởng Phòng Kế Toán. Người vất vả thứ hai là anh Đoàn, đã gần sáu mươi tuổi mà vẫn phải lái xe từ Philadelphia về đây họp hành thường xuyên, nhiều khi đến sáng. Người vất vả thứ ba phải kể là Nhật. Sau những giờ học thi phờ người, Nhật phải đi bỏ báo tại tất cả các siêu thị Á châu, các tiệm ăn, tiệm sách. Vất vả thì Nhật chịu đựng được. Nhưng chính Nhật là người phải nghe những câu phê bình như sau: "Trời ơi, báo mỏng dính như thế này mà bán tới 2 đô thì ai mua !", "Anh ngữ viết tầm bậy tầm bạ, sai be bét mà cũng bày đặt...", "Báo cho cả đống mà không thèm lấy về nữa kìa...". Những câu nói ấy làm cho Nhật mệt mỏi, chán chường, đau buồn vô cùng. Những câu nói ấy làm một thanh niên tràn đầy sinh lực, một tâm hồn trong sáng đầy ắp những lý tưởng cao đẹp như phục vụ cộng đồng, phát triển văn hóa dân tộc, tự dưng cảm thấy hao mòn, suy sụp, rã rời.

Người vất vả thứ tư là Bùi. Là một luật sư mới mở văn phòng được ít lâu mà Bùi cứ phải bỏ văn phòng đi thu tiền quảng cáo. Lúc hỏi đăng thì thân chủ nào cũng đồng ý nhưng đến khi thu tiền thì chê ỏng chê eo. Có nhiều bà còn kêu đắt rầm lên và đòi hạ giá. Người vất vả thứ năm là Linh. Linh là giáo sư Anh văn tại Saigon nhưng khi viết bài cứ bị nhà báo Mỹ sửa tơi bời. Nhà báo Mỹ bảo Linh: "You không viết tiếng Mỹ. You viết tiếng Việt rồi dịch qua tiếng Mỹ, nó không có cái nét Mỹ chút nào cả. Vả lại, You viết tiếng Anh, thứ ngôn ngữ học trong Anglais Vivant nó không còn sống nữa. Dịch như vậy, các cụ gọi là mắc dịch, You hiểu chưa?". Người vất vả thứ sáu dĩ nhiên là Vĩnh. Là Trưởng Ban Điều Hành, Vĩnh trông coi từ nội dung đến hình thức của tờ báo. Vĩnh làm cho công ty Fairchild, công việc ở sở bận túi bụi. Lúc ấy, công ty này mất rất nhiều "contracts" nên lỗ lã nặng, sa thải bớt nhân viên. Vĩnh đã phải làm thêm công việc của ba, bốn người. Về đến nhà, Vĩnh phải trông hai cô con gái nhỏ, phụ vợ trong việc nấu bếp rồi làm báo đến nửa đêm về sáng.

Người vất vả thứ bảy phải là Tường. Tường là người đứng tuổi thứ nhì sau anh Đoàn. Có nghĩa là gần năm mươi rồi mà mới cưới một cô vợ trẻ. Vợ của Tường còn trẻ lắm, kém Tường ít nhất là hai chục tuổi. Vợ trẻ thì hay nhõng nhẽo, vậy mà Tường, sau giờ làm việc ở nhà in, cứ đến nhà Vĩnh hoài, làm vợ Tường giận lắm. Làm gì chứ làm vợ giận là nguy to. Chị Tường bèn giả vờ quên uống cái thuốc "Morning After" mà anh Tường đã mua lậu ở bên Tây mang về cho chị. Thế là chị có bầu rồi anh chị Tường có một cô con gái đầu lòng xinh xắn. Thế là anh Tường càng vất vả thêm, phải chọn một trong hai: săn sóc con đẻ hay con tinh thần?

Người vất vả sau cùng là Nguyên. Sau một thời gian đi thu tiền quảng cáo không thành công, Bùi đùn cho Nguyên chuyện đó. Sau một thời gian viết tiếng Anh mỏi tay quá (vì phải lật từ điển nhiều lần), Linh không thèm viết nữa, bảo Nguyên đi tìm bạn bè để thay Linh. Sau một thời gian vừa đi làm, vừa đi học, vừa làm báo, Nhật đau nặng. Anh em đề nghị Nguyên giữ chức bán báo, gửi báo đi các tiểu bang khác và đi thu hồi các báo không bán được.

Chị Vĩnh xin được một việc làm trong Trung Tâm Nuôi Trẻ ở gần nhà, lương tốt lại được dẫn cả hai cô con gái cưng đi làm cùng. Vấn đề đánh máy bài vở bèn được giao cho Nguyên. Từ bé đến lớn, Nguyên chưa bao giờ học đánh máy. Ở trong sở luôn luôn có những cô thư ký xinh đẹp đánh máy văn thư cho chàng. Bây giờ Nguyên phải làm việc "mổ cò", hai ngón tay trỏ đau nhức như bị phong thấp.

Đoàn chán lái xe từ Phila về Thủ Đô rồi, không xuống họp thường xuyên nữa. Phần việc chọn đọc bài vở bây giờ thuộc về Nguyên. Nhà in báo ở Maryland tự dưng lên giá. Vĩnh bảo Nguyên mang sang Virginia in vì Nguyên ở bên Virginia nên công việc ấn loát, đi đi lại lại dễ dàng hơn. Thế là Nguyên gần như "ôm" cả tờ báo. Vòng tay của Nguyên thì nhỏ mà tờ báo thì to như gốc cổ thụ, cố ôm mà cũng chẳng tới đâu.

Tưởng làm báo cũng dễ thôi, ai ngờ làm báo vất vả quá ! Thế tại sao người ta vẫn thích làm báo? Chẳng hóa ra những người làm báo là Những Người Ưa Thích Sự Vất Vả?

Mỗi lần báo ra là mỗi lần vất vả. Nếu chưa có tiền trả nhà in thì nhà in Mỹ, không có tình-cảm, không dễ dàng thông-cảm như mấy ông bà chủ nhà in Việt Nam ngày nay, không cho mang báo về, dù chỉ một số nhỏ để đưa cho các thân chủ đăng quảng-cáo. Mà không có báo biếu thì bằng chứng đâu mà đòi tiền ?

Có một ông chủ nhà hàng, lúc nào thấy mặt Nguyên cũng giả vờ bận rộn, không có thời giờ ký check và hẹn Nguyên đến ngày sau. Hôm sau Nguyên đến, ông cũng vẫn bận rộn như thường. Đợi chờ mãi để lấy mấy chục bạc, Nguyên thấy mất thời giờ và nhục nhã quá. Là một Executive member của một khách-sạn lớn, gần 900 phòng, Nguyên đã từng ký check trên cả triệu đô-la. Thời giờ của Văn rất hiếm quý, vậy mà cứ phải đợi chờ hết giờ này qua giờ khác để nhận mấy chục bạc cho tờ báo, cho một công-trình văn-hóa, cho một cơ-quan ngôn-luận phục-vụ cộng- đồng, Nguyên thấy buồn, nản vô cùng !!!

Có lần Nguyên mang báo biếu đến văn-phòng bác-sĩ ABC thì gặp một bà làm nhân-viên quét dọn trong khách-sạn mà Nguyên đang làm Giám-Đốc. Vì Nguyên ăn mặc rất thường, lại đội mũ lưỡi trai cho nên bà nhân-viên ấy không nhận ra. Bà lấy ngón tay ngoắc ngoắc Nguyên và hất đầu hỏi:

- Báo gì vậy? Có báo hại không đó? Mấy chục xu một số?

Nguyên lễ phép:

- Thưa bà, báo Việt Nam Thời Báo ạ. Báo bán 2 đồng một tờ. Xin bà mua ủng-hộ một tờ nhé!

Người đàn bà ấy tru tréo lên :

- Báo gì mà mắc vậy cha? Báo Việt vứt đầy ngoài chợ, không ai thèm lượm mà ông đòi bán tới 2 đô thì ai mà mua!

***

Báo ra được 10 số (10 tháng) thì hết tiền. Tiền vốn có 7 ngàn đô-la, do 7 người chung, dùng để mua máy chữ, văn-phòng phẩm, tem thư, và trả tiền nhà in được 7 số. Tiền quảng-cáo thu được chỉ đủ trả cho 3 số báo. Tất cả cộng -sự-viên đều phải bỏ tiền túi ra để chi cho những chi phí linh-tinh, xăng nhớt. Quảng cáo đăng rất nhiều nhưng thu chẳng được bao nhiêu. Những người hứa giúp đỡ vung vít nhất là những người quỵt nhiều nhất. Đó có phải là lý-do nhà báo Lê Thiệp không làm báo nữa mà nhảy ra mở tiệm phở 75 vì không có ai ăn phở quỵt cả ???...

Nguyễn Đức Nam
(Kỷ niệm làm báo Vietnam Times)

ĐOẢN VĂN

■ 1. GIỌNG HÁT NĂM XƯA

Tôi đã không nhận ra nàng, người nghệ-sĩ có giọng ca ấm êm,mượt mà ấy. Trên bục cao, trong y-phục hoàn toàn mầu đen, nàng nổi bật trong cái ánh sáng chói chang của một giảng-đường thuộc trung-tâm Luật-khoa , Đại-học George Mason. (Có rất nhiều nghệ-sĩ đã sợ hãi thứ ánh sáng sỗ sàng, trơ trẽn đó vì nó là một thứ ánh sáng của những lớp học , của những giờ nghe giảng dậy, của những bài nói chuyện dài, dai và dở của những người cứ cho rằng phải nói nhiều mới là giỏi, là hay.)

Tôi chợt thoáng nhớ tiếng hát ấy, tiếng hát có lẽ ẩn trong tiềm-thức hay ở trong một giấc mơ nào đó. Khuôn mặt nàng có nét quen thuộc của những tháng ngày bềnh bồng, hồn nhiên , tươi vui, rực rỡ của Đà-Lạt, của một thành-phố mà tôi đã biết yêu, và tôi sẽ nhớ suốt đời.

Đà-Lạt vào những năm tháng ấy có Khánh-Ly hát ở Night Club, có Hoàng Anh-Tuấn làm Giám-Đốc Đài Phát Thanh, có Trần Đại làm Giáo sư tại Đại Học Đalat, có Nguyễn Thanh Trang dậy văn-hóa tại trường Võ Bị Quốc Gia, có Vi-Khuê làm Hiệu Trưởng một trường Trung-Học tư, có Trần Vấn Lệ và Hà Mai Phương dậy học cùng với tôi tại trường Trung Học Quang Trung của Hiệu-Trưởng Nguyễn Văn Thành, tự Thành-Bắp-Xú, có Hoàng Nguyên của "Ai Lên Xứ Hoa Đào", có Ngô Tằng Giao hành nghề "thầy cãi", lái xe traction số NT, lượn lên lượn xuống khu Hòa Bình, có Phạm Thanh-Thư làm Nghị –viên của Hội Đồng Thành Phố.

Tôi là một sĩ-quan cấp úy, rất nghèo nên phải đi dậy học thêm để có tiền cà-phê-cà-pháo. Hiệu-Trưởng Nguyễn văn Thành đã từng đọc văn tôi trên các báo, trước khi tôi nhập ngũ, nên đã mời tôi làm Giáo- Sư Việt Văn cho lớp Đệ Nhị. Học sinh lớp Đệ Nhị thường thường là 16, 17 tuổi. Có những cô nữ sinh đang tuổi dậy thì, đẹp thật ngây thơ nhưng cũng thật quyến rũ làm ông Thầy trẻ nhiều lúc phải ngơ ngẩn. Tôi được quân-đội cấp cho một phòng nhỏ trong một biệt thự trên đường Pasteur nhưng đã bị địch quân bắn sập trong những ngày đầu xuân Mậu Thân 1968 nên phải ở nhờ lầu dưới của ông Trưởng Khu Công Chánh Nguyễn Xuân Mộng.

Vào những ngày cuối năm, nàng và em gái thường đi xe hơi đến nhà ông Trưởng Khu Công Chánh, gửi cho tôi một ít mứt, ít hạt dưa và mấy cái bánh chưng. Thường thường bà Trưởng Khu đợi tôi về, đón tôi tại nhà để xe, đưa cho tôi những món quà Tết ấy với nụ cười và ánh mắt rất tinh nghịch:

- "Trung Úy tốt số quá, được hai tiểu-thư con ông Trưởng Ty Ngân Khố đến tặng quà thế này thì còn gì bằng!"

Vâng, tôi biết là tôi tốt số lắm vì thực sự,tôi được hai chị em nàng coi tôi như một người anh. Tôi biết nàng đã có một phi công, mỗi lần lên Đà-Lạt đều trồng cây si trước ty Ngân Khố.

Tôi biết em nàng đang làm cho một người bạn văn-nghệ của tôi mê mệt. Đã mấy lần tôi đã phải xin phép cha mẹ nàng, đưa em nàng đi chơi,sau đó đưa em nàng đến nhà Thủy Tạ để bạn tôi được gặp. Tôi biết tôi chỉ là một người anh, một người bạn. Có lẽ nhờ vậy mà tình đó bền mãi, đẹp mãi ?

Hồi ấy, nàng thích hát, nàng thường hát cho những buổi văn-nghệ Bùi Thị Xuân. Tôi không ngờ hôm nay nàng lại có tiếng hát tuyệt vời ấy. Tiếng hát ấy làm tôi bồi hồi xao xuyến, làm tôi nhớ đến những ngày vui, những khung trời kỷ-niệm có Huyền-Châu, Huyền-Anh, có Ngọc-Châu, có Hòa, có Dung, có Hiền, có Đào, có Yvonne, có Nicole, có Quang-Thụy, có các bạn học trẻ tuổi ở Chính-Trị Kinh-Doanh, có Phạm Ngọc Cung với tiếng clarinette nhức tim và tiếng dương cầm rồn rập trong những đêm họp mặt tưởng như không bao giờ tàn.

Trên bục cao, Tạ Mạnh Chuyền mới giới thiệu tên nàng. Nàng - giờ đây là ca sĩ Hồng Châu –đang trình bầy bản nhạc Sérénade de Schubert, một bản nhạc đã làm hồn tôi ngây ngất từ thuở xa xưa, từ thuở còn học Văn Khoa,tối tối theo Lê Nguyên Hải đến Tự Do, nghe Lệ Thu hát bài ca ấy để về nhà ngây ngất suốt đêm thâu.

"Chiều buồn nhẹ xuống đời, người tình tìm đến người, thấy run run trong ngày phai..
Chiều nay lỡ ghé môi trên mi sầu, ru người qua chốn thương đau..."

■ 2. SUỐI TÓC

Cách đây không lâu, vào một buổi trưa, tại nhà Nhạc sỹ Nguyễn Túc, tôi đã gặp Nhạc sỹ Văn Phụng. Hình như hôm ấy là ngày thứ năm,ngày mà ba vị Nhạc sỹ đàn anh Nguyễn Túc, Nhật Bằng và Văn Phụng tụ họp để hàn huyên, để ăn phở (do Nhạc sỹ Nguyễn Túc nấu), để đàn hát vui chơi. Tôi đang cần một bản nhạc vui để hợp ca trong một chương-trình văn-nghệ tất niên nên đã đến đây để chép vì Nhạc sỹ Nguyễn Túc có cả một thư viện âm-nhạc, có lẽ không thiếu một bản nào. Đó là "Xuân Miền Nam" của Văn Phụng. Nhân tiện có Nhạc sỹ Văn Phụng ở đó, Nhạc sỹ Nguyễn Túc nháy mắt bảo tôi nhờ Nhạc sỹ Văn Phụng viết hòa âm thêm cho giọng thứ ba. Nhạc sỹ Nguyễn Túc làm một màn "quảng cáo" cho tôi:

- Ngoài tài hát hỏng, Nam còn viết nhạc nữa đấy. Nhạc sỹ Văn Phụng đùa:

- Ông vừa làm Quản-Lý Khách-sạn,vừa viết văn, lại còn hát, còn làm nhạc cạnh tranh với bọn tôi thì bọn tôi đói mất rồi!

Vừa nói chuyện vui, Nhạc sỹ Văn Phụng vừa cầm bút viết hòa-âm cho giọng hát thứ ba, chỉ một thoáng là xong,nhẹ nhàng như chơi.

Lần thứ hai tôi được gặp Nhạc sỹ Văn Phụng ở nhà Huỳnh Thái-Bình. Do lời yêu cầu của hầu hết quan khách, Nhạc sỹ Văn Phụng đã ngồi bên dương cầm và dạo lên những tiếng đàn thánh thót. Cũng do lời yêu cầu của một số bạn hữu, tôi đã phải trình bầy một bài hát. Hồi nhỏ đi học, tôi rất ít khi thuộc bài, do đó không biết hát bản gì. May quá, có Nhạc sỹ Văn Phụng ở đây, tôi nhớ ngay đến bài "Tiếng Dương Cầm" của ông và hỏi đùa:

- Anh có nhớ bài "Tiếng Dương Cầm" không ạ? Nhạc sỹ Văn Phụng giả vờ :

- Bản nhạc đó của "thằng bỏ mẹ" nào vậy? Chắc là moa không nhớ đâu nhưng cứ đánh thử, có sai thì các cậu đừng cười nhé!

Chưa nói xong, Nhạc sỹ Văn Phụng đã lướt mười ngón tay trên phím ngà. Tôi đãø say sưa hát. Bạn bè bảo rằng hôm ấy tôi "xuất thần", chưa bao giờ tôi hát hay như thế. Có người còn bảo là tôi liều quá, dám hát bài của Văn Phụng mà lại do Văn Phụng đệm đàn, hát sai thì Nhạc sỹ biết ngay, không có cách gì mà dối trá được. Khi tôi hát xong, Nhạc sỹ Văn Phụng hỏi tôi bao nhiêu tuổi rồi. Sau khi biết tuổi của tôi, ông gật gù:

- Hơn năm "choạc" mà còn hát được bài này mà không phải đổi "tông" là còn phong độ lắm.

Tôi nhớ mãi lời nói ấy để mỗi lần thất vọng một chuyện gì đều tự an ủi mình: "đã hơn 50 mà còn làm được như vậy là tốt rồi." Đã lâu tôi không gặp lại Nhạc sỹ Văn Phụng nhưng được biết là ông bị bệnh nặng. Mỗi lần gặp lại Nhạc sỹ Nguyễn Túc hoặc Nhạc sỹ Nhật Bằng tôi đều được biết tình trạng sức khỏe của ông. Nhưng, tối hôm qua, nhà báo Phạm Trần gọi điện thoại báo tin buồn: Nhạc sỹ Văn Phụng đã mất! Lễ phát tang được cử hành ngày hôm sau, tại nhà quàn Domaine.

Ngày 19 tháng 12,1999, vào khoảng 3 giờ chiều, tôi đến nhà quàn Domaine. Trời hôm nay mầu xám, thời tiết se lạnh. Ca sĩ Châu Hà đứng đó, bên những tấm bảng lớn dán hình Văn Phụng trong những sinh-hoạt nghệ thuật từ hồi còn trẻ cho đến những ngày gần đây. Bạn bè ôm lấy chị, khóc cùng chị. Tôi theo Phạm-Trần, Lê Thiệp, Ngọc Dũng, Trần Kính vào phòng trong. Nhạc sỹ Văn Phụng nằm kia, khuôn mặt thản nhiên như người đang ngủ trưa.

Rồi lễ phát tang bắt đầu bằng lời giới thiệu của nhà thơ Hoàng Song Liêm. Mục sư Lê Ngọc Cẩn nói về sự sống và sự trở về với Chúa. Nhạc sĩ lão thành Nguyễn Túc ngậm ngùi thương nhớ bạn. Ca sĩ Anh Ngọc bùi ngùi từ biệt người bạn 50 năm. Ông bảo rằng Văn Phụng đi tìm gặp Mai Thảo. Ông nói đúng. Những người như Văn Phụng, Nguyên Sa, Mai Thảo, Lê Đình Điểu... là những người không bao giờ chết. Họ đi tìm nhau, để sinh-hoạt văn-nghệ ở một nơi an-bình nào đó, dưới sự che chở của Chúa, của Phật, của Thượng Đế để khỏi phải lo sinh kế, khỏi phải đương đầu với những hèn mọn của con người.

Nhà văn Hà Bỉnh Trung, đại-diện cho những anh chị em nghệ-sĩ Thủ-Đô đã chia buồn cùng gia-đình Nhạc sỹ Văn Phụng bằng những câu thơ:

"Anh đi, để lại cho đời
Nhạc tình não nuột, gieo lời buồn đau
Anh đi Suối Tóc phai mầu
Còn chăng là phút mây sầu cuối thu.."

Những giọt nước mắt đã rơi nhiều khi con gái út của người Nhạc sĩ đã nói về ông:

- "Bạn bè của Bố đã gọi Bố là Composer, Band Leader, là Thiên-Tài... nhưng đối với chúng con, Bố luôn luôn là một người Bố hoàn toàn. Bố luôn luôn thương yêu chúng con, tha thứ cho chúng con những khi chúng con có lỗi. Bố thương tất cả những đứa con và thương anh em chúng con như nhau..."

Sau khi bà quả phụ Văn Phụng, tức Ca sĩ Châu Hà cảm-tạ thân hữu, từ một nơi xa xôi nào đó tiếng đàn dương cầm quí phái của Văn Phụng và tiếng hát thiết tha của Châu Hà vang lên:

"Tìm cho thấy liễu xanh xanh lả lơi. Hay đi tìm giòng suối tóc trên vai.
Xin em biết nhé cho tình hai chúng ta. Trong ý thơ, cung đàn và suối tóc mơ..."

Những giọt nước mắt tiếp tục rơi theo tiếng đàn, tiếng hát. Đó là những giọt nước mắt cho tình bạn, cho tình người. Đó là những giọt lệ tiếc thương một cuộc tình đẹp nhưng có lẽ cũng là nước mắt cho chúng ta vì từ nay chúng ta sẽ không còn được nghe những sáng tác mới tuyệt vời cuả một thiên-tài tên Văn Phụng nữa.

nguyễn đức nam
(Foutain Valley Mùa Thu, nhớ Mùa Thu Virginia)

■ 3. CHỊ TÔI

Cho các cháu Đức & Hạnh, Phong & Hoa, Trí & Phương, Dung & Cathy, Dũng & Danh, Kimmi & Laszlo.

Nạn đói năm Ất Dậu là một nạn đói lớn xảy ra tại miền Bắc Việt Nam trong khoảng từ tháng 10 năm 1944 đến tháng 5 năm 1945, làm khoảng từ 400,000 đến 2 triệu người dân chết đói. Trong tình trạng chết đói vì chiến tranh, Bố tôi đang dạy học phải nghỉ việc, ngày ngày đẩy xe bò đi nhặt xác chết rồi mang đi chôn tập thể. Mẹ tôi phải gói bánh chưng đi bán nhưng bị những người quá đói cướp hết. Vì sức yếu và lao lực, Mẹ tôi mất vào cuối năm 1944, mới ngoài 32 tuổi. Nhà tôi có 5 anh em: chị lớn nhất là chị Nguyệt, lúc Mẹ chết mới khoảng 12 tuổi, rồi đến anh Nhật 10 tuổi, anh An 7 tuổi, tôi gần 4 tuổi và Việt, em út chưa đầy 1 tuổi. Sau khi Mẹ tôi mất, chị Nguyệt phải trông nom chúng tôi như một người Mẹ.Dù mới 12 tuổi chị phải chăm sóc 4 đứa em, một đứa còn quá nhỏ, còn đái dầm, ỉa đùn hàng đêm. Vì nạn đói và tình trạng thất nghiệp thê thảm ở miền Bắc, Bố quyết định vào Saigon, nhờ anh ruột của Bố là bác Tham Chân, lúc đó đang làm Thanh Tra Sở Kiểm Lâm, tìm việc làm. Để bớt gánh nặng cho chị Nguyệt, Bố tôi gửi chúng tôi mỗi đứa một nơi: Chị Nguyệt được bác Lý, anh ruột của Mẹ nhận nuôi. Bác Lý đang là Lý Trưởng làng Quỳnh Lôi, bên cạnh làng tôi là làng Bạch Mai nên cũng không xa lắm; Anh Nhật được gửi cho chú Hoàng, em trai út của Bố, đang ở phố Huế; Anh An được gửi cho cô Hiền, em gái út của Bố, đang buôn bán ở Phủ Lý nhận nuôi. Em Việt và tôi còn nhỏ quá, không ai nhận nuôi vì không giúp được việc gì nên ở với bà Nội, có cháu của bà từ quê Hưng Yên lên giúp việc. Nhà tôi ở làng Bạch Mai, bên cạnh làng Quỳnh Lôi nên thỉnh thoảng tôi đi bộ sang nhà bác Lý thăm chị Nguyệt. Chị dẫn tôi vào kho chuối của bác Lý ăn chuối thỏa thích... Tôi được ở với bà Nội hơn một năm thì bà Nội mất. Được tin bà Nội mất, Bố tôi từ Saigon về Hà-Nội. Bố khóc hết nước mắt vì không được gặp bà lần cuối. Bố tôi cho biết bác Tham, anh của Bố đã tìm cho Bố một việc rất tốt là Giám Thị một đồn điền cao su của một người Pháp. Ông chủ đồn điền rất quí Bố tôi vì Bố tôi học trường Albert Sarraut nên nói tiếng Pháp rất thông thạo. Ông chủ đồn điền còn muốn gả con gái cho Bố tôi nhưng Bố tôi đã từ bỏ tất cả để về Bạch Mai với chị em chúng tôi. Sau khi quân đội Nhật thua trận, rút quân về nước, quân đội Pháp trở lại Đông Dương. Bố tôi nhờ có bằng Cử Nhân Luật và mấy năm làm Giáo Sư Trung Học, được cử làm Chánh Án Tòa Án Vĩnh Yên. Chị Nguyệt và tôi được Bố tôi cho đi theo lên Vĩnh Yên trước, dự định sau khi đã ổn định chỗ ở sẽ đón các anh, em tôi lên. Thành phố Vĩnh Yên rất đẹp và yên bình. Hàng ngày, trong khi Bố tôi làm việc tại Tòa Án thì chị Nguyệt và tôi rong chơi trên những đồi Sim, hái Sim ăn tự nhiên. Chị Nguyệt thường mặc áo dài nhung tím đậm, cổ đeo một chuỗi ngọc thạch của Mẹ để lại. Tôi mặc âu phục, đi giầy da: hai chị em đúng là "Cậu Ấm, Cô Chiêu", dân chúng Vĩnh Yên trầm trồ khen ngợi. Có lẽ đây là giai đoạn hồn nhiên, sung sướng nhất trong tuổi thơ của chúng tôi. Vào những ngày nghỉ, Bố tôi thường cho chúng tôi đến thăm bác Đội Tấn, anh họ của Bố, có một trang trại trồng Dâu mênh mông. Chúng tôi xem chị Hiền và những người hái Dâu về nuôi Tằm. Buổi chiều, trong không gian mờ sương của cao nguyên, chúng tôi nhìn về dãy núi Tam Đảo, nghĩ tới những chuyện thần tiên... Tuy nhiên, thời gian thơ mộng ấy không kéo dài được lâu vì ngày 19 tháng 8, năm 1945 Việt Minh thành công trong công cuộc kháng chiến chống Pháp và chiếm được 8 tỉnh miền Bắc bao gồm Vĩnh Yên. Bố tôi bắt buộc phải theo Việt Minh. Tuy nhiên quân đội Pháp không chịu bỏ cuộc. Phi cơ của Pháp dội bom xuống những tỉnh mà Việt Minh mới chiếm. Gia đình chúng tôi phải bỏ thành phố, chạy lên cao nguyên. Quần áo của "Cậu Ấm, Cô Chiêu" vứt đi hết, chỉ còn mặc quần áo nâu như người dân quê. Trong những lần chạy loạn, chân tôi bị sưng, không bước nổi, chị Nguyệt phải bỏ tôi vào một cái thúng và gánh tôi đi xuyên qua rừng thiêng nước độc. Chị cũng là người vun bếp lửa, nấu cơm cho Bố con chúng tôi ăn vội vàng, trước khi máy bay của Pháp bay đến thả bom. Vì chiến tranh, con đường Hà-Nội tới Vĩnh Yên bị cắt đứt, chúng tôi mất liên lạc với các anh Nhật, An và em Việt. Dì Loan, em của Mẹ tôi, tìm đủ cách, tìm mọi đường giao-thông lên gặp chúng tôi tại Việt Bắc, không trở về Hà-Nội được nữa và phải ở lại sống với chúng tôi. Vì không sống nổi với chết chóc, thiếu thốn tiện nghi, thuốc men, lương khô, Bố tôi quyết định thuê người, thuê thuyền trốn về Hà-Đông bằng đường thủy. Trong chuyến trốn chạy này, ngoài Bố tôi, Dì Loan, chị Nguyệt và tôi, còn có bé Yên, em tôi, mới sinh với cái tên Yên để ghi dấu em sinh ra tại Vĩnh Yên.

Nhờ nói tiếng Pháp lưu loát, Bố tôi được một Sĩ Quan Trưởng Đồn người Pháp, cho một chiếc xe Traction chở Bố tôi, Dì Loan, chị Nguyệt,tôi và bé Yên về thẳng Ha-Nội. Đó là năm 1948. Đến năm 1953 chị tôi lên xe hoa về nhà chồng nhưng dù đã có gia đình, có con, chị Nguyệt vẫn luôn luôn săn sóc các em từ việc may quần áo cho các em cho đến việc gả chồng, cưới vợ cho các em. Chúng tôi gọi chị là Người Mẹ Thứ Hai của chúng tôi.

NGUYỄN ĐỨC NAM
Fountain Valley, CA. 12/24

■ 4. ANH TÔI

Anh An hơn tôi 3 tuổi. Chúng tôi đều được sinh tại Bệnh Viện Bạch Mai (thường gọi là Nhà Thương Bạch Mai). Bạch Mai là một làng trồng toàn Mai trắng, vào mùa Xuân, hoa Mai nở trắng toát cả một vùng trời ngoại ô Hà-Nội. Chúng tôi ở gần nhà của gia đình họ Phạm Đình, sau này thành lập ban Thăng Long và gần nhà cậu tôi là Nhà Văn Nguyễn Đình Lạp, tác giả của truyện "Ngoại Ô".

Nhà tôi có 5 anh chị em : chị lớn nhất là Nguyệt, anh thứ hai là Nhật, anh thứ ba là An, tôi là thứ tư. Bố tôi đặt tên anh em tôi là An và Nam vì thời đó nước ta có tên là An Nam. Như vậy chúng tôi là mặt Trời, mặt Trăng trên quê hương, nước An Nam. Sau tôi, Mẹ tôi sinh một em trai tên Việt, là em út vì sau khi sinh Việt, Mẹ tôi mất vì hậu sản vào cuối năm 1944, lúc đó tôi mới hơn 3 tuổi.

Tôi không biết Mẹ tôi bị bệnh nặng vì tôi được một Vú Em, từ Hưng Yên -quê Nội- lên Hà-Nội trông nom tôi và em Việt.

Ngày Mẹ mất tôi không biết gì, còn đang chơi với trẻ con hàng xóm thì được Vú Em gọi về thay quần áo tang. Chúng tôi bước sau xe tang, đưa Mẹ ra nghĩa trang thuộc làng Quỳnh Lôi. Em Việt còn bé, chưa biết đi, được Vú Em bế, theo sau đoàn xe. Tôi cầm gậy, không biết làm gì, muốn rủ anh An đấu kiếm nhưng thấy anh khóc sướt mướt nên thôi. Tôi không nhớ nhiều về đám tang của Mẹ, chỉ nhớ chiếc xe tang mầu đen, có bốn con ngựa chùm đầu bằng vải đen, kéo chiếc xe chở quan tài có Mẹ tôi nằm ngủ trong đó ra một nghĩa địa giữa cánh đồng làng Quỳnh Lôi, cạnh làng Bạch Mai...

Sau này, khi lớn lên, tôi được biết Mẹ tôi mất vào năm 1945, khi nạn đói năm Ất Dậu bắt đầu, giết chết hàng triệu đồng bào. Mẹ tôi mất vì lao lực, vì phải đi bán bánh chưng nuôi chồng con khi bà còn yếu sức và chưa quen với công việc nặng nhọc thức khuya gói bánh, dậy sớm đi bán hàng. Sở dĩ bà phải tần tảo như vậy vì Bố tôi đang dạy học bị mất việc,ngày ngày đẩy xe bò đi nhặt xác người chết đói đầy đường phố.

Sau khi Mẹ tôi mất, Bố tôi gửi anh em chúng tôi, mỗi đứa một nơi để vào Nam, nhờ Bác Tham, anh ruột của Bố đang làm Thanh Tra Sở Kiểm Lâm tìm cho việc làm. Chị Nguyệt lúc đó khoảng 12 tuổi được ở với Bác Lý, anh ruột của Mẹ đang làm Lý Trưởng làng Quỳnh Lôi. Anh Nhật được gửi đến ở với chú Hoàng, em của Bố ở khu Phố Huế. Chú Hoàng là con rể nhà cụ Đinh Sơn, thuộc giòng họ Đinh giầu có tiếng ở Hà-Nội. Anh An được cô Hiền, em út của Bố, đang ở Phủ Lý nhận nuôi. Tôi và Việt còn nhỏ quá, không ai muốn nhận nuôi nên ở với bà Nội, với Vú-Em-Hưng-Yên, là cháu bà Nội tại nhà của Bố. Vì nhà Bố và nhà bác Lý không xa lắm nên thỉnh thoảng tôi đi bộ sang nhà bác Lý thăm chị Nguyệt và vào kho chuối của bác Lý ăn chuối no nê. Tôi ít khi gặp anh Nhật và anh An. Một năm, dường như nạn đói đã bớt, anh An từ Phủ Lý về Bạch Mai. Anh gầy và đen. Anh cho biết anh phải đi chăn trâu cho gia đình ông Phú Hộ, bạn của cô Hiền. Phủ Lý đang bị lụt, không chăn trâu, làm ruộng được nên anh đã trốn, đi nhờ xe từ Phủ Lý về Hà-Nội. Bà Nội nhìn thấy anh đen và gầy thì ôm anh mà khóc. "Trời đất ơi, con Hiền nó đầy đọa cháu tôi! Thôi không đi đâu nữa! Ở nhà với bà".

Từ đó, anh An và tôi được ở gần nhau, ở với bà Nội. Bà Nội bán nữ trang,quần áo, lấy tiền nuôi anh em chúng tôi cho đến khi bà mất. Sau khi bà Nội mất, khoảng một năm thì Bố tôi từ Saigon về. Bố tôi khóc hết nước mắt vì không được gặp bà Nội lần cuối. Bố tôi cho biết Bác Tham đã tìm cho Bố tôi một công việc rất tốt là làm Giám Thị cho một đồn điền cao su của Tây vì Bố tôi học trường Albert Sarraut,nói thông thạo tiếng Pháp nên ông Giám Đốc người Pháp rất thích và muốn gả con gái cho. Tuy nhiên Bố tôi đã từ bỏ tất cả để về Bạch Mai với chúng tôi.

Chúng tôi ở Bạch Mai,cho đến khi tôi vào học lớp Tư trường Quang Trung (Hàng Kèn) thì gia đình tôi dọn lên phố Huế (Duy Tân).

Kỷ niệm về thời thơ ấu của chúng tôi rất nhiều, rất đẹp, tôi không thể viết hết trong một bài viết ngắn.Tôi hy vọng sẽ viết một tập Hồi Ký về tuổi thơ, về làng Bạch Mai, về Hà-Nội, về Anh Tôi. Tôi xin giới thiệu một số tác phẩm và một vài kỷ niệm về sinh-hoạt văn-nghệ với anh tôi tại vùng Thủ-Đô Hoa-Thịnh-Đốn.

4a. NGUYỄN ĐỨC AN (Nhạc Sĩ):

Anh tôi, Nguyễn Đức An là một Bác Sĩ nhưng còn là một Nhạc Sĩ.

Anh An học Trường Quốc Gia Âm Nhạc Việt Nam từ năm 1956 và tốt nghiệp vào năm 1959. Trường Quốc Gia Âm Nhạc hồi đó còn tọa lạc trên đường Phạm Đăng Hưng, Đakao và nhà chúng tôi ở trên đường Nguyễn Bỉnh Khiêm, cách trường chưa tới nửa cấy số, nên chúng tôi đi bộ tới trường. Tôi xin học Piano nhưng nhà nghèo, không có tiền mua Piano nên bỏ Piano, ghi danh học Guitar.Anh An học nhạc cổ truyền, chuyên về đàn Tranh (thập lục) với Nhạc Sĩ Nguyễn Hữu Ba. Học cùng lớp với anh An có cô Kim Oanh, sau này là Giáo Sư trường nữ trung học Gia Long,hiện cư ngụ tại Virginia.

Trong thời gian học Y Khoa rồi vào Quân Y, anh An không có thời giờ chơi đàn nữa cho đến khi sang Mỹ và sau khi đã định cư ở Florida, anh An học dương cầm, saxophone và cello. Anh An có một phòng bên cạnh phòng mạch, mỗi khi không có bệnh nhân, anh thường tập đàn ở đó.

Anh bắt đầu sáng tác nhạc :

* Tập Nhạc đầu tay "Tình Liễu Trai" gồm 10 bài nhạc phổ thơ Vũ Hoàng Chương, Đinh Hùng, Nguyên Sa, Ngọc Hoài

Phương, Nguyễn Thanh Giản, Quang Nhiếp, Nhà Xuất Bản Sông Hồng, 1989 và 1993.

* Tập Nhạc thứ hai "Đường Vào Tình Sử", phổ thơ các vị Thi Sĩ nói trên, thêm TTKH, Mùi Quí Bồng, Viên Linh, Nhà Xuất Bản Sông Hồng, 1995.

* "Tuyển Tập Tình Ca Y Giới", phổ thơ Lê Ánh, Mùi Quí Bồng, Nguyễn Thanh Bình, Trang Châu, Trần Việt Cường, Nguyễn Duy Hảo, Nhà Xuất Bản Mây Ngàn, 2023.

4b. NGUYỄN ĐỨC AN (Nhà Văn):

Tác phẩm Thứ Nhất là Tập Truyện "GIÓ HOANG" của anh An do Nhà Xuất Bản Hồn Việt xuất bản và phát hành năm 1989. Một buổi giới thiệu "GIÓ HOANG" đã được báo Hồn Việt tổ chức tại Phở NGON với sự hiện diện của nhiều ký giả và nhà văn của CA.

Nhà Văn Nguyễn Đức An cộng tác với các báo Văn Nghệ Tiền Phong, Hồn Việt,Việt Nam Tự Do, Ngày Mai, Thời Báo, Dân Chủ Mới, Khởi Hành...

Nhà Văn Nguyễn Đức An là Ủy Viên Trung Ương Văn Bút Việt Nam Hải Ngoại. (1994-1995).

Tác Phẩm Thứ Hai là Truyện Dài "SAU CƠN MƯA" do Nhà Xuất Bản Xuân Thu, Los Alamitos, CA ấn hành năm 1995.

Tác Phẩm Thứ Ba là Tập Truyện " ĐÊM HOA ĐĂNG", do Nhà Xuất Bản Sông Hồng, FL ấn hành năm 1996 đã được giới thiệu rất trang trọng tại vùng Thủ Đô Hoa-Thịnh-Đốn cùng với Tập Nhạc " Mưa Trên Thung Lũng Hồng" của Nguyễn Đức Nam.

Ca Sĩ Diễm Liên, Kim-Nga, Nguyễn Đức Nam, Nhạc Sĩ Phạm Tuân, Nhà Văn Nguyễn Đức An và Phu Nhân, Nhạc Sĩ Huỳnh Thái Bình.trong "ĐÊM HOA ĐĂNG".

Nhạc Sĩ Trần Vĩnh Lạc , Ca Sĩ Nga Mi và Trần Lãng Minh trong nhạc phẩm " Mưa Trên Thung Lũng Hồng" khai mạc cho chương trình văn nghệ.

Diễm Liên trong một nhạc phẩm của Nguyễn Đức An.

Thụ Nhân Thu Hiền, Kim-Nga, Phạm Ngọc Lâm, Ngô Tằng Giao và Thiên-Nga.

■ ĐÊM HOA ĐĂNG

tường thuật của Uyên Thi
Nguyệt San Kỷ Nguyên Mới

"Đêm IIoa Dăng" là chủ đề đêm văn nghệ ra mất Tuyển Tập "Đêm Hoa Đăng" và Tập Tình Khúc "Mưa Trên Thung Lũng Hồng" của Nguyễn Đức Nam vào dịp Lễ Tạ Ơn 29 tháng 11 vừa qua tại vùng Thủ Đô Hoa-Thịnh-Đốn.

Những thân hữu phương Bắc như Montreal, Toronto,New Jersey, Delaware, những thân hữu từ miền Nam California, từ Dallas-Texas,nghe tiếng chim họp đàn,đã bay về từ nhiều hôm trước...

Sáu giờ chiều, gần 300 thân hữu từ phương xa cùng với thân hữu vùng Thủ-Đô đã tề tựu đông đủ tại hội trường khách sạn Hilton sang trọng. Quan khách đều mặc những bộ quần áo hợp thời trang. Một số quý bà, quý cô mặc những chiếc áo dài tha thướt.

Sau dạ tiệc, chương trình văn nghệ bắt đầu vào lúc 8 giờ và kết thúc vào lúc 11:30 khuya.

Sau phần giới thiệu những tình khúc trong Tập Nhạc "Mưa Trên Thung Lũng Hồng" là phần giói thiệu Tuyển Tập "Đêm Hoa Đăng của Nguyễn Đức An. Nhà Văn kiêm Luật Sư Ngô Tằng Giao, một đồng môn Chu Văn An của tác giả đã thuyết trình về Tuyển Tập "Đêm Hoa Đăng".

Nhà Văn- Luật Sư Ngô Tằng Giao kết luận :"Trong một cuộc sống tranh đua, đầy rẫy những cái xấu, tác phẩm "Đêm Hoa Đăng"như một làn gió tươi mát, mang lại cho người đọc niềm tin và tính bản thiện của con người..."

Uyên Thi
Ghi chú: Xin đọc bài giới thiệu "ĐÊM HOA ĐĂNG" của Nhà Văn-Luật Sư Ngô Tăng Giao.

Hai Anh Em : Nguyễn Đức Nam & Nguyễn Đức An .

Tác Phẩm Thứ Tư của Nguyễn Đức An là Tập Truyện "EM Ở ĐÂU", Nhà Xuất Bản Sông Hồng ấn loát năm 2011, gồm 10 truyện ngắn chọn lọc,gần 190 trang. Nhà Xuất Bản và Thân-Hữu ở CA dự định tổ-chức một chương-trình văn-nghệ giới thiệu "Em Ở Đâu" vào dịp Sinh Nhật anh Nguyễn Đức An vào tháng 8 năm 2024 nhưng rất tiếc anh đã ra đi.

Gia-đình, thân-hữu bạn hữu, đồng môn vô cùng thương tiếc anh. Cầu nguyện hương linh anh sớm về miền Vĩnh Cửu.

Nguyễn Đức Nam

OC-CA tháng Sáu 2024

PHỤ BẢN

■ 1. Thư của ĐẶNG HỮU THỌ

Anh Nam kính mến,

Đọc bài hồi ký của anh về trại tỵ nạn Fort Chaffee, những ký ức của 32 năm về trước bỗng «bừng bừng» trỗi dậy. Khoảng thời gian 6 tuần ở Fort Chaffee đầy những kỷ niệm buồn vui. Ngoài được nghe Khánh Ly và Sỹ Phú hát còn được Thích Giác Đức giảng chân lý «Tu Dê Đề Huề» (Thiệt mà! Sau này khi đã bảo lãnh được vợ từ VN sang, ngài đã bỏ chùa Giác Hoàng ra đi tiếp tục thuyết pháp "Tu Dê") . Những ngày xung phong đi nhặt rác, cùng những ngày trở về từ văn phòng khu A tay xách vai mang những bao supplies cho cả barrack, mặt cúi gằm không dám nhìn ai vì trong bao (plastic trong suốt) đầy những hộp băng vệ sinh Kotex của phụ nữ. Nào những chiều trong lúc đang dạo chơi, bỗng những đám mây đen hình thù quái dị, cuồn cuộn từ đâu bất ngờ ập đến đem theo những trận mưa đá kinh hoàng. Khi nghe tiếng kêu gọi từ cái loa trên chiếc xe Jeep (bây giờ mới biết là có tiếng của anh Nam), băng mình phóng chạy tìm chỗ trú ẩn thì... đã muộn màn! Những cục băng đá (có cục to bằng quả ping pong) giáng lốp cốp lên đầu, lên mặt, lên người đau điếng. Đùi và đầu gối cũng bị bầm dập vì lúc chạy co chân lên và bị vài cục đá to chiếu cố. Những vết đau thể chất cộng với sự lạ lẫm làm nhiều cựu trại viên khó quên những trận mưa đá của xứ Arkansas .

Tuy nhiên, điều đáng nhớ nhất với em là... "cơm nhà bàn" do các chú lính Mỹ trẻ (học trò của anh Nam) nấu trong những ngày đầu ở trại. Em đặt chân đến Fort Chaffee vào mồng 5 tháng 5, khoảng 10 ngày sau khi nhóm anh Nam đã dạy họ nấu thức ăn Việt. Tụi em được "đóng đô" ở khu A cuối trại (những người đến sau thì về khu B, rồi C, v.v.) Trong khoảng thời gian đầu, chỉ có 1, 2 "nhà bàn" hoạt động và mở cửa 24/24 để phục vụ đám dân tị nạn đang được đưa đến trại suốt ngày đêm. Hơn nữa, dân mới nhập trại thường bị dựng cổ dậy giữa khuya đưa đi làm thủ tục, và sau đó thì họ... đói. Vì ở tận cuối trại nên bốn chị em tụi em phải lê bước rã rời (vì không quen cuốc bộ) cả hơn 1 mile để chỉ được ăn một đĩa cơm (ngà ngà) trộn muối. Những chú lính Mỹ này cũng đã tỏ ra thông hiểu văn hóa Việt nên thỉnh thoảng họ bèn "đổi món" cho đỡ ngán là cơm khô trộn (vài mảnh) cá vụn (tanh ngòm). Vì chỉ có thế nên ngày lại ngày mọi người cũng phải ráng trệu trạo nhai những hạt cơm khô rang rắt đầy tiêu (cho đỡ tanh).

Trời ạ! Không biết "thầy" Nam đã "tuyên truyền" với đám lính Mỹ trẻ những gì? Theo em thì chắc thầy Nam đã "nhồi sọ" họ rằng người Việt thích cơm lắm lắm, và nước Việt có bờ biển dài hằng mấy ngàn cây số nên người Việt ai cũng mê ăn cá lắm lắm, nên họ đã hoan hỉ cho chúng em ăn cơm... không và còn âu yếm trộn thêm vài mảnh cá vụn cho có... mùi tanh.

Thời gian cũng đã khá lâu, tuổi cũng đã khá cao nên trí nhớ của em có thể không được vẹn toàn. Em chỉ nhớ được có hai món trong menu nhà bàn. Nếu anh Nam và các đồng đội của anh có nhớ ra được thêm món "độc đáo" nào khác thì xin bổ túc. Em cám ơn rất nhiều.

Điều đáng mừng cho dân DC là anh Nam đã không theo đuổi nghề nấu bếp, mà đã trở thành một nhạc sỹ tài hoa, một nhà văn, nhà báo tiếng tăm và một nhà hoạt động cộng đồng tích cực. Còn các sỹ quan khác trong toán của anh giờ đang ở đâu và làm nghề gì? Em khẩn khoản mong anh (thật lòng) cho biết, để... tránh đi ăn tiệm, nếu cần.

Em: ĐH THỌ

■ 2. Thư của LIÊN HOA K4 CTKD ĐÀ-LẠT

Anh Nam viết truyện rất mạch lạc, lưu loát, làm người đọc rất thích đọc tiếp câu chuyện.

LH đang ở Newport Beach, thăm con gái và cháu ngoại 12 tuổi, nhưng không biết tháng 7 có tổ chức vì họ thông báo quá cận, cho nên đầu tháng 6 đã về lại Vancouver rồi. Gần cuối Tháng 10 lại sang nữa hi hi...

Chúc mừng anh và chị có cháu ngoại trai thật là vui cửa vui nhà. Thấy Christina, Thiên Nga vừa học giỏi, xinh đẹp, ngoan. Anh chị rất được blessing. Chúc mừng.

Kính.

■ 3. Thư của TỐNG MINH LONG QUÂN

Cám ơn anh Nam đã gởi bài viết về nghề báo làm tôi lan man nhớ lại thời xưa. Phải nói nghề báo là nghiệp chớ không phải nghề. Lúc còn là sinh viên ở Đà lạt, tôi có viết cho tờ báo Tùng Uyên của một ông cha làm chủ nhiệm, cũng được lãnh tiền nhuận bút lai rai. Sau đó tờ báo Sóng Thần ở SG có lên

ĐL mời tôi hợp tác với văn phòng địa phương ở đây, trả tiền theo bài. Tôi khoái lắm vì sinh viên nghèo, có tiền chút nào vui chút đó. Thế rồi có dịp mấy báo ở SG viết bài tố ông Bác sĩ Giám đốc bệnh viện đa khoa DDL, báo Sóng thần nhờ tôi đi phỏng vấn viết bài. Tôi đi phỏng vấn, bị thu phục bởi giọng nói cương trực, thành thật của ông BS và cho là ông bị người ta chửi oan. Thế là bài báo của tôi phản bác lại các luận cứ của vài tờ báo ở SG lúc đó. Ai cũng ngạc nhiên, không biết TV là ai, ăn tiền của bác sĩ để viết bài khen? Nhưng mọi sự chìm xuồng, không ai "đánh" ông BS nữa vì tôi là dân địa phương nên nói chính xác. Sau đó Sóng Thần mời tôi về SG làm việc ở tòa soạn, trả lương cao. Đang học đại học mà có được job lương tương đối khá cao lúc đó, tôi mừng quá, nhất định về SG làm việc mặc dù ba tôi muốn từ tôi luôn. Tôi hứa sẽ học tiếp ở SG.

Vào làm báo, tôi thấy mặt trái của nghề này nên chán, thôi việc ở ST mà theo Bích Vân (về sau là đặc phái viên của đài Mẹ VN) qua Saigon Post. Tôi biết Lê Thiệp, lúc đó là đặc phái viên chiến trường của ST.

Tôi bỏ nghề báo vì chị tôi mở tiệm vàng bán cho Ủy Ban Liên Hiệp Kiểm Soát Đình Chiến ở Tân Sơn Nhất nên bắt tôi phải theo phụ, Tôi chỉ đi lấy quảng cáo cho mấy báo ở SG để ăn hoa hồng. Mà ngày xưa lấy quảng cáo dễ ăn lắm khi mình quen biết các công ty lớn như Michelin, hãng bia Larue, hãng kem Hynos..v..v.

Định cư ở Canada 1980, tôi viết vài «Chuyến viếng thăm Hà Nội 1978» và gởi cho báo Văn nghệ Tiền Phong ở Virginia và vài chương truyện phóng tác trinh thám. Chính ông Nguyễn Thanh Hoàng là người khuyến khích tôi viết văn và mời tôi hợp tác nhưng tôi từ chối vì bận đi học lại đại học ban đêm, vừa đi làm ban ngày nên tối tăm mặt mũi.

Chuyện viết báo dài lắm anh Nam ơi, Nhưng lúc còn là sinh viên ở Đà lạt, nhóm tụi tôi xem anh Nam như một người anh đáng kính vì vừa hiền, vừa nhân hậu, nhờ việc gì anh cũng giúp đỡ hết lòng.

Qua bên này tôi mới có dịp quen với nhà văn Trà Lũ (Trần Trung Lương - nguyên giáo sư đại học sư phạm SG). Đây là người anh thứ hai tôi kính nể.

Còn về nhà văn nữ, tôi thích và "mê" nhà văn Tiểu Thu, người đẹp có giọng văn giản dị, hiền hòa, (khác với giọng văn ba trợn của tôi). Người nữ văn sĩ vừa đẹp người, vừa đẹp nết... một trong số nhà văn mà tôi yêu thích.

Tôi viết báo nhưng ít cho ai biết tôi là nhà văn nữ, mãi đến khi chồng tôi chết, người ta đăng cáo phó tùm lum nên mọi người mới té ngửa ra "té ra thằng cha Tống Minh Long Quân này là đàn bà?". Ha..ha..

■ 4. Thư của CVA ĐINH TIẾN DŨNG tự Đinh-Lang

Thân gửi bạn Vũ An Thanh và các bạn thân mến,

Tôi đã đọc rất nhiều ý kiến và lời bàn của nhiều người sau khi đọc truyện ngắn tựa đề "VAI PHỤ" của nhà văn "nghèo nhất nước NGUYỄN ĐỨC NAM" trên e mail và facebook..., nhưng mãi đến hôm nay tôi mới lên tiếng là: "Đây không phải là một truyện ngắn văn chương, mà là một chuyện có thật 100% của chính tác giả ghi lại sự thật đã xảy ra cách đây đúng 60 năm trước tại Sài gòn(1957), mà chính cá nhân tôi đã được chứng kiến câu chuyện từ đầu đến cuối!", từ lúc tôi và Nguyễn Đức Nam là hai thằng bạn thân học cùng lớp, cùng

Trường Nguyễn Trãi (Sài gòn,1954-1958), rồi sau đó lại tiếp tục lên học Trường Chu Văn An (Sài gon,1959-1961).

Thời gian này chúng tôi ngoài việc học hành để đạt chức "Cậu Tú" như mọi người, hai thằng tôi còn làm Biên Tập Viên cho Phụ Trang Học Sinh Nhật báo NGÔN LUẬN, tờ báo dành riêng cho học sinh Miền Nam VNCH do nhà văn trinh thám Kỳ Phát PHẠM CAO CỦNG phụ trách, gồm có các cây viết toàn học trò Chu văn An, Nguyễn Trãi, Trưng Vương, Gia Long..v..v... như Y-Dịch(CVA Lê đình Điểu), CVA Nguyễn Đức Nam, CVA Hoài Phi và tôi(CVA Đinh tiến Dũng,bút hiệu Đinh-Lang), và các cây bút học trò nữ sinh như Bích Huyền, Hồng Thuỷ, Hương Kiều Loan(Trưng Vương), Song Hà(Gia Long), và Lệ Mai..., Hoạ sĩ Văn Hiếu và hoạ sĩ Huy Tường là những hoạ sĩ của phụ trang học sinh Ngôn Luận,đã sáng tác truyện tranh (cartoon) "BÉ NGÔN, BÉ LUẬN", gồm các nhân vật lấy các cây viết trong BBT như Chị Huyền(Bích Huyền), em Lệ Mai (tức cây viết nữ sinh Lệ Mai, học trường Thánh Mẫu SG, bây giờ là ca sĩ Khánh Ly), riêng Bé Ngôn là hình tượng của Đinh Lang, và Bé Luận là Nguyễn Đức Nam (tác giả truyện ngắn VAI PHỤ đính kèm).

Câu chuyện này là có thật ngoài đời, và các nhân vật Mỵ, Mẫn, và Huỳnh là thật (chỉ đổi tên bằng cách viết đảo chữ hay bớt chữ, nhưng nếu tinh ý thì sẽ biết tên ai?). Và các nhân vật trong truyện Vai Phụ hiện nay vẫn hiện diện trên đất Mỹ lưu vong, mà tôi biết rõ nhưng chưa tiện nói ra khi chưa có sự chấp thuận của bạn tôi Nguyễn đức Nam, mặc dù đã trên 60 năm qua rồi!

Vậy, đố các bạn đoán thử xem nhé:

1/- Ai là Mẫn???

2/- Ai là Mỵ???

3/- Ai là Huỳnh????

Thân kính và chúc tất cả vui vẻ,trẻ trung,khoẻ mạnh,

CVA ĐINH TIẾN DŨNG tự Đinh-Lang
Dallas,Texas,USA.

■ 5. Thư của VŨ AN THANH

Tội nghiệp !

Vai phụ thấy tủi thân ghê nhỉ,thiệt thòi đủ thứ.

■ 6. Thư của TRƯƠNG QUỐC SỦNG

Còn gì xướng bằng: *"được gần gũi vóc dáng Tiên-Nga trong cả một mùa Xuân thì cũng đủ mãn-nguyện lắm rồi."* Life is beautiful and it is not measured by the number of breaths we take, but by the moments that take our breaths away... & *Our life cannot always be full of happiness but it can always be full of love.*

■ 7. Thư của MINH NGUYỄN

Anh Thanh,

Em nghĩ rằng anh đã đoán trúng người "Vai Phụ". Người vai Mỵ có lẽ ai cũng biết như chị Bích Huyền đã diễn nôm... Riêng Vai Huỳnh là sinh viên du học, nhiều người còn đang "chẩn" đoán.

Em muốn nói người đóng "Vai Phu" tức là vai chính, vì nhân vật này hiện diện và "hưởng sái" từ đầu đến cuối... mà có đến hai "Vai Phụ"... đọc đoạn này sẽ biết..

"Khi xe chạy qua hè đường Lê Lợi, Mẫn thấy Mỵ và một tên giống hệt Mẫn dung dăng dung dẻ như đôi chim non. Đó là hình ảnh Huỳnh-Mỵ thuở xưa, là hình ảnh Mỵ và Mẫn trong mấy tháng qua. Gã con trai giống Huỳnh và Mẫn từ dáng người, từ mái tóc, khuôn mặt tới cặp kính trắng, bộ quần áo và đôi giầy.

Mỵ đã cấu tạo được một thằng Huỳnh thứ ba để thay thế thằng Huỳnh thứ nhất, thằng Huỳnh thứ hai (là Mẫn.) Mẫn không còn lý do gì để đóng vai trò của một cái bóng trong cuộc đời tình ái của Mỵ nữa. Mẫn đã trở nên dư thừa rồi. Mẫn mỉm cười chua chát và nghĩ rằng đã đến lúc vai trò diễn viên phụ nên chấm dứt từ đây."

Minh Nguyen

Thân gửi Minh Nguyễn và quý Bạn,

Cám ơn Minh đã có những nhận xét rất chính xác: Huỳnh đã đi du học và sau này về nước, không còn hoạt động văn nghệ nữa.

Nhân vật "Vai Phụ" thứ hai, chỉ xuất hiện thoáng qua trong đoạn cuối, sang Mỹ năm 1975, ở Virginia và đã qua đời vì ung thư.

Huỳnh có đến tìm Mỵ khi về VN nhưng "anh ơi, tình duyên lỡ làng rồi": Mỵ đã lấy chồng và có con !

Vì là "Nhà Văn Nghèo", phải đi cầy để nuôi vợ dại con thơ, nên không có nhiều thời giờ để kể thêm những chuyện ly kỳ về "Vai Phụ".

Hy vọng một ngày gần đây sẽ viết thêm.

Nguyễn Đức Nam
Nhà Văn Nghèo Nhất Nước: Nguyễn Đức Nam

■ 8. Thư của Phan Trọng Hân - K11

Anh Nguyễn Đức Nam mến,

Theo thiên hồi ký & phóng sự mà anh đang cho tất cả đọc – Hân đang nhớ lại khoảng thời gian trong trại tị nạn Fort Chaffee vào thời điểm những ngày cuối tháng 4, 1975 – sau buổi ăn tối, đón chờ các chương trinh văn nghệ !

Báo việt ngữ, những đêm văn nghệ có ca sĩ Khánh Ly, Sỹ Phú... quả là đáng nhớ với đồng bào tị nạn CS ngày ấy.

Hân nhớ, sau còn có ca sĩ Phương Hoài Tâm và chồng con đến Ft. Chaffee và ở cùng "barracks" nữa...

Phan Trọng Hân – K11

■ 9. Thư của CHU XUÂN VIÊN (CVA)

Nguyễn Đức Nam thân,

Những hình ảnh đáng trân quý và lưu giữ cẩn thận

■ 10. Thư của TRẦN ĐỖ PHƯƠNG LAN

Khi anh tốt nghiệp trường Đại học Văn Khoa Sàigon, chúng tôi vẫn chưa ra đời. Nhưng vì là lớp đàn anh của người chị kết nghĩa Ngọc Tịnh. Theo chị, tôi cũng gọi ANH- người Nhạc sĩ, Văn sĩ, Thi sĩ Nguyễn Đức Nam-Sinh tại làng Bạch Mai, Hà Nội.

Lớn lên ở Saigon, bắt đầu làm thơ, viết văn, viết truyện... từ những năm còn ở Trung học Chu Văn An.

Cộng tác với báo Ngôn Luận, Điện Ảnh, Kịch Ảnh, Khởi Hành, Sống, Tiếng Vang và nhiều tạp chí văn nghệ Saigon.

Ra trường năm 1965, động viên vào khóa 21 Thủ Đức. Sau khi tốt nghiệp, thuyên chuyển lên phục vụ tại Đà Lạt. Với vai trò Trung úy Quân cụ và giáo viên Việt Văn trường bán công Quang Trung (sau này tách ra thành 2 trường nam nữ riêng biệt Trần Hưng Đạo và Bùi Thị Xuân). Anh vẫn tiếp tục soạn nhạc, làm thơ, viết báo để hàng tuần gởi về các toà soạn ở Saigon, mặc Bố cấm cản vì không muốn anh đi theo con đường báo chí của người bác ruột, nhà báo tên tuổi Nguyễn Đức Quỳnh.

Năm 1967 anh ghi danh học khóa 5 Chính Trị Kinh Doanh tại Dalat khi đang làm việc ở đây.

Thời đó những cây viết trẻ có Đinh Lang (Bố của ca sĩ Diễm Liên), Ngọc Hoài Phương (phụ tá tổng thư ký nhật báo Thời Luận , sau này chủ nhiệm báo Hồn Việt), Bích Huyền (Mẹ của xướng ngôn viên Uyển Diễm), Hoài Ngô...v.v. Riêng Nguyễn Đức Nam, thập niên 60 anh đã là nhà văn trẻ rất nổi tiếng lúc bấy giờ với những tác phẩm đã xuất bản: NHỮNG THẦN TƯỢNG MỚI (Màn Ảnh xuất bản 1964), NHỮNG KHUÔN MẶT TRẺ (Thứ Tư Truyện Hay 1967), MỘT SÁNG TRONG SƯƠNG (Thái Độ 1969), VẾT THƯƠNG TUỔI NGỌC, NHỮNG CHIỀU HOANG DẠI... v.v... và một số bản nhạc đã được phát hành: Ban đêm miền sương mù (1966), Dáng ai bên hồ (1968), Phố mưa (1971)...

Những bản nhạc của anh đã được ca sĩ Khánh Ly hát trên đài phát thanh Dalat vào năm 1968. "Buồn tháng mưa" phổ thơ Ngọc Hoài Phương được ca sĩ Thanh Trúc (Mẹ của ca sĩ Thiên Kim) trình bày năm 1969.

"Sylvie Hằng", tiểu thuyết của Nguyễn Đức Nam đã làm các độc giả say mê theo dõi trên tờ báo SỐNG thời bấy giờ. Nhưng phải chấm dứt nữa chừng vì anh lên cấp bậc Đại uý, được gửi sang USA tu nghiệp ở tiểu bang Maryland năm 1974. Sau 30 tháng 4 năm 1975, Anh phục vụ cho Liên Đoàn 96 Dân sự Vụ Quân Đội Mỹ tại Fort Chaffee ở Fort Smith tiểu bang Arkansas với trách vụ Thông Dịch và Báo Chí, ấn hành nhật báo Tân Dân phát hành trong trại tị nạn. Tổ chức chương trình "Hát cho người tị nạn" với Khánh Ly, Sỹ Phú và Billy Trung.

Đầu năm 1976 anh trở về Washington, học Quản Trị Khách Sạn tại Đại học Washington, DC

Trở thành một trong những người Việt đầu tiên hoạt động mạnh nhất, tổ chức các buổi Văn Nghệ có tính cách cộng đồng.

"Giấc mơ hồi hương" do Băng Tâm hát đã làm bao người VN lưu vong khóc ròng vì nhớ quê hương.

Có bằng cấp về Quản trị Khách sạn. Anh vào làm manager cho hệ thống Hyatt 1976-1993. Renaissance 1993-2000 và Hilton từ 2000-2014

Đảm nhiệm về tài chánh cho 2 hệ thống phát thanh Mutual Broadcasting và NBC.

Bên cạnh các công việc đòi hỏi rất nhiều thời gian, thế nhưng anh vẫn phụ tá chủ bút tạp chí "Ngày Mai" (Nam Cali) rồi sáng lập nhà xuất bản "Ngày Mai" (Alexandria, VA), chủ nhiệm "Tập San Quân Cụ".

Vào năm 1976-2018, người dân Virginia không những biết anh, người quản lý kỳ cựu cho các hệ thống khách sạn mà còn biết đến anh, một văn sĩ, thi sĩ, nhạc sĩ. Anh luôn sẵn sàng đứng ra tổ chức các buổi Văn Nghệ có giá trị để nâng cao tài năng và quảng bá nhân tài VN đến cộng đồng Mỹ.

Tổ chức các chương trình "Hát Cho Người Tị Nạn", "Tình Khúc Mùa Thu", "Tình Khúc Trường Sa" "Trình tấu Guitar Đỗ Đình Phương", ra mắt thơ Hoàng Thượng Dung được phổ nhạc qua các nhạc sĩ: Nguyễn Hiền, Từ Công Phụng, Châu Đình An

Văn nghệ gây quỹ giúp cho nạn nhân bão Katrina....

Đặc biệt tổ chức Concert cho GS Lê Văn Khoa vào đêm 9/11/2010. Anh dám hy sinh bỏ khá nhiều tiền túi ra bù đắp cho buổi concert này, bởi vé bán giá chỉ $35-45, và $15 cho các sinh viên Nova college để các em có điều kiện tham dự buổi concert có một không hai. Khoảng chi phí quá lớn vì chăm lo từ A-Z cho cả 100 nhạc công mời từ Ukraine sang trình diễn để GS Lê Văn Khoa có cơ hội điều khiển dàn nhạc giao hưởng Ukraine tại thủ đô Washington của nước Hoa Kỳ. Và các ca sĩ VN tháp tùng cùng GS Lê văn Khoa: Ngọc Hà (vợ GS Lê Văn Khoa), Lê Hồng Quang, Bích Vân, Kim Lê (con gái GS Lê Văn Khoa), Phạm Hà…

Nhờ buổi Concert do anh tổ chức này mà GS Lê văn Khoa và gia đình đã nhận được món quà tinh thần to lớn tại thủ đô Washington.

Qua buổi concert này, cựu sinh viên Đại Học Đà Lạt Khoá 1 trường Chính Trị Kinh Doanh- Chú Nguyễn Thanh Nhàn đã nhận xét về anh: "Làm được công việc của Nguyễn Đức Nam đã làm, đòi hỏi một mẫu người vừa có tâm hồn của một nghệ sĩ vừa có tinh thần của một hiệp sĩ. Người nghệ sĩ khi muốn làm là ôm ấp phải làm cho bằng được. Người hiệp sĩ khi đã làm là dám xã thân cho việc mình muốn làm. Nhóm tổ chức Nguyễn Đức Nam toàn những người rất giỏi. Nếu không phải là nhóm này, thì còn lâu nữa vùng Hoa Thịnh Đốn mới tổ chức được một buổi nhạc cao cấp như thế".

Những người sống và học ở thành phố Đà Lạt đều có ít nhiều tâm tình kỷ niệm với thành phố này. Tuy nhiên, các kỷ niệm cũng như các niềm thương nỗi nhớ thường chỉ đến rồi đi như một cơn mưa phùn.

Riêng anh Nguyễn Đức Nam không chỉ nhớ thương rồi thôi, Anh đã sáng tác và ấn hành tập thơ nhạc MƯA TRÊN THUNG LŨNG HỒNG để ghi lại mãi mãi những tình cảm và xúc động trong một quảng đời không thể quên được của mình tại thành phố sương mù dấu yêu này.

Anh sống rất chung thủy, vì bạn bè và cho bạn bè, nhà văn Hồng Thuỷ nhận xét : "Nguyễn Đức Nam đối với bạn hữu thật tốt và rất chí tình, nên ai cũng quí mến anh".

Anh xem chuyện sáng tác nhạc như thú tiêu khiển nên không màn đến chuyện giới thiệu tác phẩm. Nhưng với lời nhận xét của nhạc sĩ Ngô Thụy Miên về nhạc của anh: "Tôi thích nhất những bài Buồn Tháng Mưa, Một Đời Nhớ Thương, Mưa Trên Thung Lũng Hồng... Ý nhạc đẹp, nhẹ nhàng bố cục chặt chẻ. Lời ca chải chuốt lãng mạn. Dalat cũng là thành phố tôi yêu quí nhất sau Saigon. Cám ơn "Dalat một khung trời thương nhớ" của anh. Phải nói là lâu lắm rồi tôi mới nghe được những bài nhạc có cùng tần số với mình nên nghe hoài không thấy chán"

Rồi với sự hối thúc của nhiều người, trong đó có Trường Kỳ , Ngô Thuỵ Miên, và bạn bè. Anh đã giới thiệu Tập Nhạc "Mưa Trên Thung Lũng Hồng" của anh tại Renaissance Arlington, Virginia Hotel năm 1996.

Tháng 4/2004 CD "Một Đời Nhớ Thương" được ra mắt tại Saigon House Restaurant, Virginia với những ca sĩ tên tuổi Thái Hiền, Thái Thảo, La Sương Sương, Diễm Liên, Nguyên Khang, Tuấn Ngọc...

Gắn bó với thành phố Virginia thơ mộng này từ năm 1974-2019. Cây đàn "grand piano" cũng đã bên anh mấy chục năm qua, cùng anh với nhiều cảm xúc khi đàn hát, sáng tác. Thế nhưng năm 2020 anh quyết định phải từ giả, dọn về California, tiểu bang ngập nắng. Nghĩ hưu nhưng anh vẫn bận rộn với thơ văn, báo chí, soạn nhạc và dạy golf.

Saturday 23 tháng 10 tới đây anh sẽ cho ra mắt tập nhạc mà anh đã sáng tác từ năm 1966 đến nay tại Diamond 2 Restaurant.

Thật cảm kích khi đọc được bài anh viết trích từ Kỷ Nguyên Mới số 79, "Hát Cho Người Tị Nạn". Hoặc được đàn hát những dòng nhạc lời thơ trữ tình anh đã sáng tác từ thập niên 60 đến nay.

GIỌNG HÁT NĂM XƯA
(Lyrics 1: Thơ Hoàng Anh Tuấn
Lyrics 2: Nguyễn Đức Nam
Nhạc: Nguyễn Đức Nam)

NGUYỄN ĐỨC NAM

SINGING *for* REFUGEES

MEMOIR & SHORT STORIES

NHÂN ẢNH
Publisher
2 0 2 6

SINGING FOR REFUGEES
Memoir & Short Stories
NGUYÊN ĐỨC NAM

Cover by: Uyên Nguyên Trần Triết
Fans followed Khánh Ly and Ngọc Anh to the stage
Layout by: Hoàng Hà

Nhân Ảnh Publisher 2026

A DEEP GRATITUDE

To **God**,

To **Heaven**,

To **Buddhism's Three Jewels**
(Buddha, Dharma, and Sangha),

To **Humanity**,

To **Life**...

Nguyễn Đức Nam
April 2026

Respectfully dedicated
to my **maternal and paternal parents**.

Dedicated **to Quang-Thuy** and **Kim-Nga**

To my children: **Thuy-Nam Nguyen-Duc**
and Christina Thien-Nga Nguyen

To my grandchildren: **Jared Nguyen**, **Rachel Nguyen**,
and **Tyler Duc Tran**

Sincere thanks to fellow CVA alumnus **Thomas Luong**

Special gratitude to **Julia Nuessle & Nina Nihem**
/ Trier-Altstadt, Germany.

NGUYỄN ĐỨC NAM

AUTHOR and LITERARY WORKS

- Born in Bach Mai, Hanoi, in 1941; attended Quang Trung Primary School.
- Migrated to the South in 1954; attended Nguyen Trai High School from 1954 to 1957.
- Attended CVA High School from 1957 to 1961: contributed to the "Students & Youth" page of the daily newspaper Ngon Luan, which was overseen by Professor Tran Trong San and writer Pham Cao Cung. Studied music under composers Chung Quan and Thien Phung.
- Attended the University of Letters (Faculty of Literature) in Saigon from 1961 to 1965: wrote serialized novels for newspapers such as Dien Anh, Man Anh, Kich Anh, Tieng Vang, and Song, while also contributing to numerous literary and arts magazines in Saigon. His two bestsellers were "Nhung Khuon Mat Tre" (Young Faces) and "Nhung Than Tuong Moi" (New Idols).
- Conscripted into the 21st Infantry Class at Thu Duc in 1965; after graduation, he served in Da Lat, where he taught Vietnamese Literature at the semi-public Quang Trung School and attended the 5th Class of the School of Politics and Business Administration. It was during this time that he began composing music. His debut composition, "Ban Dem Mien Suong Mu" (Night in the Land of Mist), written in 1967, was performed by Khanh Ly on Da Lat Radio, prior to her rise to fame singing the music of Trinh Cong Son. His musical composition "Giong Hat Nam Xua" (The Voice of Yesteryear), a setting of a poem by Hoang Anh Tuan, written in 1970, was hailed by his senior composer colleagues as a "masterpiece."
- Traveled to the United States for professional training in 1974. Following April 30, 1975, he served with the U.S. Army's 96th Civil Affairs Battalion at Fort Chaffee, holding responsibilities in interpretation and journalism; during this time, he published Tân Dân (New People), a daily newspaper distributed within the refugee camp. He also organized the "Singing for Refugees" program at Fort Chaffee, Arkansas, featuring performances by Khánh Ly, Sĩ Phú, and Billy Trung.
- Studied Hotel Management at a university in Washington, D.C., in 1976. He served as Accounting Manager for Hyatt from 1976 to 1993, for Renaissance

from 1993 to 2000, and for Hilton from 2000 to 2014, retiring in 2016. Since 1981, he has authored the "Lá Thư Hoa-Thịnh-Đốn (Washington Letters)" series of feature articles for Hồn Việt (Vietnamese Soul), a monthly magazine edited by Ngọc Hoài Phương.

• In 1993, he collaborated with Vũ Bội Quang Khôi, a fellow alumnus of CVA, to publish the monthly magazine Ngày Mai (Tomorrow) in California, which was distributed nationwide.

• From 1976 to 2018: Organized various programs, including "Singing for Refugees,"
"Tình Khúc Mùa Thu (Autumn Love Songs): Music by Composer Doan Chuan," "Tình Khúc Trường Sa (Love Songs of Truong Sa) (Spratly Islands) featuring vocalists Le Thu & Tran Thai Hoa," "Guitar Recital by Do Dinh Phuong," and "Ode to Freedom, A Celebration of Liberty by Composer Le Van Khoa, featuring the Ukrainian Symphony Orchestra and the Washington Choir"...

• In 1993, in collaboration with a number of writers, poets, and journalists in Washington, D.C., published the monthly magazine Van Phong; and in 2000, co-published the monthly magazine Ky Nguyen Moi (New Era) alongside poet Ha Binh Trung.

• Upon retiring and moving to California in 2019: published "Tình Khúc Nguyễn Đức Nam (Love Songs by Nguyen Duc Nam)" and "Khách Sạn Hoa-Thịnh-Đốn (The Washington Hotel)", both released by Nhan Anh Publishing House; forthcoming publications include the novel "Định Mệnh" (Destiny), a collection of short stories", and "Người Con Gái Hà-Nội (The Girl from Hanoi)".

■ Works by Nguyen Duc Nam (Published)

• "NHỮNG THẦN TƯỢNG MỚI (New Idols)", Published by Màn Ảnh, 1964.

• "NHỮNG KHUÔN MẶT TRẺ (Young Faces)", Published by Thứ Tư Truyện Hay, 1966.

• *MỘT SÁNG TRONG SƯƠNG (A Morning in the Mist)", Published by Thái Độ, 1969.

• "MƯA TRÊN THUNG LŨNG HỒNG (Rain over the Red Valley)", Music/ Lyrics; Published by Ngày Mai, 2004.

• "TÌNH KHÚC NGUYỄN ĐỨC NAM (Love Songs by Nguyen Duc Nam)", Published by Nhan Anh, 2022.

• *KHÁCH SẠN HOA-THỊNH-ĐỐN (The Washington Hotel)", Published by Nhan Anh, 2023.

Forthcoming Publications

• "ĐỊNH MỆNH (Destiny)"

• "NGƯỜI CON GÁI HÀ-NỘI (The Girl from Hanoi)"

• "NGƯỜI YÊU UKRAINA (The Ukrainian Lover)"

SINGING FOR REFUGEES

Memoir

■ Aberdeen Proving Ground, MD, April 23, 1975:

On the evening of April 23, 1975, I was at a friend's house in Arlington, Virginia, when I received a phone call from Captain Hick from the Office of the Commanding General of the Aberdeen Proving Ground Training Center, ordering me to report immediately.

I arrived back at the base at 2:00 AM on April 24, 1975. Along with five other officers, I received orders for a temporary assignment at Fort Chaffee, Arkansas, and had to leave immediately. The orders did not specify the duration of the assignment, only that the officers would continue to receive their regular pay. A US Army bus took us to Baltimore airport, where we boarded Frontier Airlines flight 455, a small airline chartered specifically for military personnel and their families, to St. Louis, Missouri, and from there, to Fort Chaffee, Arkansas, arriving at 8:36 PM.

According to the officer who briefed us, Fort Chaffee was a large US National Guard training center, like a small city, capable of housing over twenty thousand people. Currently, the center was completely empty, being used by the Federal government for some special program that was still being kept secret.

Because it was dark, we didn't see much, only rows of empty barracks, like abandoned military camps. Besides, having been up since early morning, we were tired and didn't pay much attention to the surroundings or what the briefing officer said.

We were taken to a well-built building with a sign that read "BOQ" (Bachelor Officer Quarters).

Each of us had a private room with a kitchen, bathroom, TV, refrigerator, and telephone – very comfortable accommodations. However, after showering, we turned on the TV to watch the news from home, only to find that all the TVs had no picture.

We tried the telephone and were surprised to find that the phone lines were not connected to the exchange. All the neighboring buildings were deserted.

The American officer had left a long time ago. We decided to go to bed early and report to the office in the morning to inquire about the TV and telephone issues.

▪ Fort Chaffee, ARK, April 24, 1975:

The first thing we had to do this morning was report to the Special Forces Command Office at Fort Chaffee. Captain Tan, the most senior officer among us, was appointed Team Leader to present our orders and to liaise with Major Miller, the Operations Chief.

After completing the necessary procedures, we were invited to a meeting room.

There, Major Miller informed us that we had been seconded from the Aberdeen Proving Ground Training Center to Arkansas, to serve with the 96th Civil Affairs Group, on a special and highly classified mission. For this reason, we would not be allowed to contact the outside world, read newspapers, use telephones, watch TV, or send letters to anyone.

Our mission was to teach American military cooks how to cook Vietnamese rice and food. We were also tasked with training a number of American officers and non-commissioned officers to read and write Vietnamese. Of course, this included everyday conversations and, especially, emphasizing the customs, traditions, and complex forms of address used within families and in society.

Captain Lư, a Northerner who migrated south in 1954, from Ho Nai, was an excellent cook, often making pho for us at Aberdeen, and was nominated to teach the American chefs how to cook Vietnamese rice.

Captain Tân, the oldest, from Central Vietnam, who always lectured on "morality" like an old schoolteacher, was appointed as the Civics Education Instructor, teaching the

Americans moral lessons similar to those found in "National Literature Textbooks."

Lieutenant Long, young and full of life, who loved to joke around tirelessly, was nominated to teach the Americans "Vietnamese conversation." Long loved this because he always taught the Americans slang, which made us laugh uncontrollably. I thought I was free from my obligations, meaning I wouldn't have to teach anything, but unexpectedly, there was an American Staff Sergeant who, I don't know when he learned Vietnamese, but he read a lot of Vietnamese novels, remembering every detail, and now he wanted to learn Vietnamese music, which was quite troublesome! To learn music, you need an instrument, I told him. Staff Sergeant Tom then took me to a thrift shop on the base and bought me an old guitar for $20, which was in pretty good condition.

From then on, after dinner, we had our "pocket entertainment: Americans singing Vietnamese songs," which helped alleviate the sadness of being far from home, family, and homeland...

We had been at Fort Chaffee for almost a week. Seeing the American military engineers working day and night repairing the barracks, we thought that a training course for tens of thousands of National Guardsmen was about to begin.

Many times we wondered why we had to train American soldiers on how to cook rice, how to converse, and the customs and traditions of the Vietnamese people.

Every evening before going to bed, we asked Senior Officer Phạm Văn Tân, and he said: "Don't think nonsense. The Americans won't abandon us!"...

▪ Fort Smith, Arkansas, April 30, 1975:

We were ordered to the Fort Smith airport at dawn. We traveled in two Jeeps with about 10 U.S. military buses following behind.

After a week confined to the base, today was the first time we had seen the city of Fort Smith.

As soon as the convoy stopped, we rushed to the newsstands.

The first image we saw on the front page was a picture of Viet Cong tanks rolling into the Presidential Palace, with a large headline above it: "South Vietnamese President Dương Văn Minh declares surrender."

I thought I was dreaming, but a whole stack of newspapers had the same image and headline. I felt a chill run down my spine. My head was spinning and aching. I looked at my fellow soldiers. Captain Tân, the company commander of Company 811 in Da Nang, whose wife and children were still in Hue, had red eyes. Captain Lư, from the Long Binh Ammunition Depot, whose wife and children were in Bien Hoa, was staring at the newspaper, crying aloud. Lieutenant Long, who was usually talkative, was now silent, bowing his head and sighing. Lieutenants Linh and Hùng, two officers from the 4th Tactical Zone, were whispering to each other: *"Damn it, how can we surrender! I think the 4th Zone won't surrender, the 4th Zone will be a new front line, a new war zone for our troops to retreat to and defend, waiting for the day of counterattack..."*

A Pan Am plane had just landed. Because Fort Smith Airport is a small airport, the plane could taxi close to the waiting area, so we could walk straight to the plane to welcome the passengers, our fellow countrymen, the first Vietnamese refugees to set foot on American soil. Now we finally understood the purpose of the U.S. Army sending us to Fort Chaffee: to train American soldiers on how Vietnamese people lived!

Despite being stunned by the news of the "surrender," we still had to fulfill our duty of welcoming our compatriots and guiding them to the Fort Chaffee refugee camp.

While talking to and checking on our compatriots, we heard sarcastic remarks from the crowd: "Damn it, even the Generals and Colonels had to remove their ranks and uniforms and run away, what's the point of Captains still wearing their ranks and insignia..."

That afternoon, after arranging accommodation, food, and distributing some necessary supplies to over 300 compatriots, we went to Major Miller's office to request permission to remove our South Vietnamese officer ranks from our uniforms. Major Miller agreed and made us name tags in English so that American soldiers would treat us appropriately.

Major Miller had served in Vietnam during the Tết Offensive of 1968, and he expressed great sympathy for our situation of losing our families, homes, country, and even our army. In a memo sent to all American soldiers at the Fort Chaffee Refugee Camp, I remember a passage that read, "The following named Vietnamese Officers are to be accorded all military respects and privileges that are accorded to U.S. Army Officers."

Day after day, we went to the airport to welcome our compatriots, guide them, and help them, sometimes even going to the temporary shelters to eat with them instead of eating at the Officers' Club.

Day after day, we hoped to find news of our families through acquaintances from other refugee camps who were transferred to Fort Chaffee.

By mid-May 1975, the number of refugees here had reached 25,000. Whenever a family was sponsored out of the camp, another family would be transferred from Guam, Malaysia, or Thailand to replace them.

Because of the large number of refugees, we were reinforced by several officers in similar circumstances from the Navy, Air Force, Signal Corps, Engineering Corps, Artillery, and Infantry. Even so, we still had to work 24 hours a day because flights arrived at all hours of the night and early morning.

■ Fort Chaffee, May 7th: Tân Dân, the first Vietnamese newspaper in the United States

To keep our compatriots informed about news from Vietnam, world news, and especially to deliver important announcements to the 25,000 refugees, I suggested to Major Miller that we create a Vietnamese daily newspaper. All the printing equipment was available from the 96th Civil Affairs Regiment, part of the Refugee Task Force; only personnel were needed. Lieutenant Linda Newman, who could read and write Vietnamese, was appointed Editor-in-Chief, I became the Managing Editor, and Sergeant Tom was the Secretary, in charge of layout and printing. News was translated from American newspapers, transcribed from TV and radio. Tom and I could write the announcements.

The newspaper was named "Tân Dân," meaning "New People," at Linda's suggestion. I suggested "Người Mới" (New People) for easier understanding and a closer connection with our compatriots, but Linda preferred "Tân Dân" because she thought it sounded more "literary."

After the first issue, many compatriots came to the office to help with news translation, drawing illustrations, and writing articles.

The Refugee Camp Liaison Office now transformed into the editorial office of the Tân Dân Daily Newspaper. I became a full-time journalist, no longer having to go to the airport to greet refugees or drive around the camp calling children indoors whenever there was hailstorm the size of ping-pong balls.

One day, while working on the news, Captain Tân came to inform me that singer Khánh Ly had just arrived at the camp. I dropped everything and ran to the temporary housing area, finding the row of houses that Captain Tân had indicated.

Khánh Ly was there, with her younger sister Ngọc Anh and her brother Phạm Ngọc Sơn. It had been a long time since I had seen "Little Lệ Mai" from the Ngôn Luận newspaper. It had also been a long time since I had seen Ngọc Anh and Sơn. The stories, the greetings, the reminders of memories from Chợ Quán, Phan Thanh Giản, and Dalat kept flowing, one after another. It wasn't just me talking to Khánh Ly; many people filled the temporary shelter room to listen to her speak...

Many longed to hear Khánh Ly sing. Khánh Ly only smiled sadly, saying that it was unlikely to happen. I suddenly remembered what Major Miller had told us that day: "I can help you with anything, if it's within my capabilities and responsibilities."

I felt strangely exhilarated. From the row of temporary shelters, I crossed a hill covered with wild purple flowers, heading towards Miller's office. On the other side of the hill, I saw someone lying stretched out on the grass, in a faded black flight suit, seemingly asleep.

I approached the pilot, looked at the name tag on his jacket, and saw the name Sy Phu. I gently nudged him with my foot and asked:

- Hey, is that Sỹ Phú?

The pilot, opening his eyes slightly, said in a tired voice:

- This is Sỹ Phú. Who is that? Nam?

- It's Nam. Why are you lying here?

- I'm hiding from my sponsor! I don't want to leave the camp, I'm afraid of going to a strange place and not being able to see my fellow Vietnamese people anymore!

■ Fort Chaffee, Arkansas, June 1975: Singing for the Refugees

On a June afternoon, as the sun was setting behind the prefabricated buildings that had once served as training facilities for the US National Guard and now provided temporary shelter for twenty-five thousand refugees, thousands of compatriots poured into the streets, excitedly making their way to the Civil Affairs Command Headquarters. There, a newly erected open-air stage awaited them. Several microphones and military loudspeakers were piled up. There was a guitar, bought from a second-hand shop. But there was Khánh Ly and Sỹ Phú. That was enough, more than enough, for the first performance of Vietnamese music in this temporary homeland.

Even more special: the accompanist was an American soldier, sometimes assisted by a refugee Medical student, (Billy Trung) but whose playing was incredibly expressive.

Khánh Ly sang as if she had never sung before, singing with passion and fervor. Sỹ Phú poured his heart and soul into timeless pre-war love songs and the sweet melodies of Ngô Thụy Miên.

These national sentiments resonated not only within the audience but also spread everywhere, encompassing a vast expanse of sky through the loudspeakers hung on trees and utility poles.

Many people cried. Tears mingled with applause. Some tears turned into songs, others remained unspoken on the piano keys. Silent tears fell onto dry lips, tears of longing for home, for their homeland, for their wives and young children, for husbands in prison, for children lost at sea.

No need for plush velvet seats of a luxurious theater, no need for expensive sound systems, no need for flashing lights, no need for a large orchestra; just two singers and over twenty thousand audience members sitting on the grass, listening intently, applauding like fireworks - how could anyone forget that? More than 32 years have passed, and the images I photographed in Fort Chaffee have faded, but the images of Khánh Ly and Sỹ Phú still remain vivid in my memory.

Nguyễn Đức Nam
(April 30, 2007)

▪ FROM SAIGON TO FORT CHAFFEE: This is an article from 1975 at the Fort Chaffee Refugee Camp, reprinted as a memento.

Fort Chaffee is located in northwestern Arkansas, adjacent to the city of Fort Smith. The camp is located one mile southeast of Fort Smith Regional Airport. The Arkansas River flows eastward along the northern boundary of the camp. Interstate 40 is located 5 miles north of it, across the river. Fort Chaffee was originally used as a training ground for local National Guard and Reserve units, as well as active-duty military units from other locations. Fort Chaffee currently has no active-duty units stationed there.

It also served as a refugee camp for Vietnamese people in the United States in May 1975.

Tân Dân Thời Báo was the first Vietnamese-language daily newspaper in the US, sponsored by the 96th Civil Affairs Regiment of the US Armed Forces, with contributions from a group of Vietnamese refugees, and I added the diacritics by hand (Seeing this newspaper page brings back so many memories!)

Tân Dân thời-báo

Bội số 17

TRẠI Chaffee, Ark.

20-5-75

THU BA NGAY

Trang 1

THỜI-SỰ QUỐC-TẾ

(Saigon-AP) - Nguồn tin phát thanh từ Sai Gon cho hay một số dân đang bị đói ở Thủ Đô miền Nam VN. Bản tin cho biết hàng đoàn dân tị nạn trước khi Thủ Đô bị Cộng Sản chiếm đã gặp phải nhiều tệ trạng. Nhưng đài phát thanh cũng cho hay tân chính phủ đã phân phối 1.100 tấn gạo cho 220.000 dân.

(Nam Vang)- Đài phát thanh Nam Vang cho biết nhân dân Kamphuchia dù già hay trẻ cũng đang được phân loại tùy theo khả năng làm việc của họ để phục hồi xứ sở đã bị chiến tranh tàn phá. Ở một thành phố nọ, bản tin cho hay các thanh niên làm việc ngoài đồng, các ông già thu dọn những đống gạch vụn do chiến tranh gây ra. Còn các bà già thì lo bếp nước và trẻ con thì chăn bò.

(Trại Ft. Chaffe - UPI)- Theo nguồn tin của một viên chức dân sự cao cấp ở Ft. Chaffee thì lời thỉnh nguyện được trở lại miền Nam Vietnam của 47 người tị nạn đã được chuyển tới chính phủ Hoa Kỳ. Ông Donald MacDonald, phối trí viên của Lực Lượng Đặc Nhiệm nói rằng Cơ Quan Quốc Tế thuộc Cao Ủy Tị Nạn của Liên Hiệp Quốc tại Geneve, Thụy Sĩ là cơ quan điều hành việc tái định cư. Ông MacDonald còn tuyên bố rằng một viên chức chính phủ Hoa Kỳ ở Ft. Chaffee đã gặp những người tị nạn yêu cầu được trở về Vietnam hôm thứ Bảy vừa qua và đã đoan chắc với họ rằng đang có sự sắp xếp để thỏa mãn thỉnh nguyện của họ.

(Saigon-AP)- Đài phát thanh miền Nam VN cho hay một chiếc tàu chở các chính khách đối lập với chính quyền cũ đã cập bến Saigon. Hàng trăm tù chính trị đã được chở từ Côn Đảo trở về. Côn Đảo xưa kia nổi tiếng về "Chuồng Cọp". Bản tin cho hay 1.300 tù chính trị đã từ ngục tù Côn Đảo trở về.

Bản tin phát thanh còn cho biết một chiếc tàu Hải Quân đã tự nguyện trở lại VN sau khi chạy trốn vào lúc chế độ cũ đầu hàng vào tháng qua.

(Bangkok-AP)- Hôm nay chính phủ Hoa Kỳ đã gởi công hàm đến Thái Lan tỏ ý rất tiếc đã xử dụng căn cứ của Thái để cứu chiếc thương thuyền Mayaguez và Tổng Trưởng Ngoại Giao Thái cho rằng bức công hàm đó là một lời xin lỗi chính thức. Do đó ông nói Thái lan mong đợi nối lại mối giây thân thiện với Hoa Kỳ. Ông nói "Những gì đã qua hãy để cho nó trôi vào dĩ vãng".

TRỞ VỀ VIỆT-NAM

Đồng bào tị nạn Việtnam nào có ý định trở về nước, xin liên lạc với Đại Diện Chánh Phủ Hoa-Kỳ tại bldg. 1479 vào buổi sáng từ 11 giờ đến 12 giờ hàng ngày. Những người đã ghi tên rồi không cần phải liên-lạc nữa.

Chính-Phủ Hoa-Kỳ sẽ thu xếp phương tiện di-chuyển cho những đồng-bào này. Tuy nhiên công việc thu xếp sẽ phải mất một thời gian. Khi có kết-quả chúng tôi sẽ thông-báo sau.

TIN NỘI BỘ

Mỗi ngày từ thứ hai đến thứ sáu đều có chương-trình phát thanh bằng Việt-Ngữ trên đài phát-thanh Fort Smith băng-tần số KHGW 13,20 vào hồi 9g00 sáng. Xin Đồng-bào nhớ đón nghe.

Văn phòng đại diện các Bác Sĩ VN trước đặt tại tòa nhà số 1780 nay đã dời sang tòa nhà số 1686. Mọi liên lạc với Ban Đại Diện xin đến tòa nhà trên, sáng từ 10g. đến 11g., chiều từ 4g. đến 5g.

NHIỆM-VỤ CỬA QUÂN-CẢNH

Quân Cảnh Mỹ từ Texas đến Ft. Chaffe với ba nhiệm vụ chính:

1. Kiểm soát sự di-chuyển của mọi người và xe cộ. Kiểm-soát sự ra vào trại tạm trú của mọi người hầu bảo vệ tài sản cho đồng bào tị nạn. Chỉ cho phép những người có phận sự mới được ra vào trại t am-trú.

2. Giữ gìn trật tự, kỷ-luật cho trại Chaffee nói chung và trại tạm cư nói riêng. Xin báo ngay cho Quân - Cảnh mọi sự phạm pháp hay tai nạn xảy ra, bất cứ lúc nào.

3. Giữ gìn an-ninh trong trại bằng cách đề phòng sự xâm nhập của những người lạ mặt không có thẩm quyền vào trại. Ngăn ngừa ẩu đả, cãi vã, phá rối trật tự giữa các cá-nhân hay các nhóm người.

Tóm lại, nhiệm vụ của Quân Cảnh là bảo vệ lẽ phải, tài-sản cho đồng bào. Mọi trại viên đều có quyền và được khuyến khích trong việc gọi Quân-Cảnh lúc hữu sự.

Đồn Quân-Cảnh tọa lạc tại dãy nhà số 1355, điện-thoại số 2666.

LỘ-TRÌNH XE BUÝT

Lộ trình 1: Ký hiệu bằng màu "NÂU" sẽ chạy quanh khu-vực cư-ngụ, có thể dùng để đi lại trong phạm-vi này.

Lộ trình 2: Màu "VÀNG" sẽ chạy theo 4th street và chở hành khách đi bệnh viện, ngân-hàng rồi trở về theo 4th street.

Lộ trình 3: Màu "ĐỎ" sẽ di-chuyển giữa khu cư-ngụ và khu làm thẻ căn-cước nhập trại.

Lộ trình 4: Màu "XANH" dùng để chở đồng bào đã hoàn tất thủ-tục ở bệnh viện về khu Di Trú, Nhập Tịch, An-Ninh Xã Hội và ngược lại.

Wednesday, June 11, 1975 Southwest Times Record—Fort Smith, Ark. 3-B

Viet Newspaper Gaining Acceptance

FT. CHAFFEE, Ark. (AP) — A Vietnamese newspaper in the Arkansas hills might perplex Snuffy Smith or Lil Abner but it is gaining wide acceptance among the 25,000 Vietnamese refugees sheltered here.

The first issue of Tan Dan — The New Arrival— came out May 4, the day the first 600 to 700 of the refugees arrived at Ft. Chaffee.

The newspaper is published by the 1st Psychological Operation PSYOP Battalion Element. It is printed in a protable field press unit at the base.

However, the daily newspaper is only one part of

acclimate refugees to their new country and to keep them informed of news in the camp and in the rest of the world.

PSYOP personnel tape a 10-minute newscast in Vietnamese which is broadcast every morning on a Fort Smith, Ark., radio station. Radios have been distributed to each refugee residence.

Lt. Linda Hurt of Los Angeles, Calif., was sent from Ft. Bragg, N. C., to run the PSYOP operation with the help of about a dozen Army personnel and several volunteer Vietnamese.

The newspaper also carries brief news service stories from all over the world.

written by the PSYOP personnel or submitted by the many voluntary agencies operating at the camp to aid the refugees. Other news comes from the federal government from registration numbers of persons who have been cleared for security or what movies are being shown at which theater.

"This is all brand new to the people and we have to explain so many things to them," Lt. Hurt says. "We had to tell them the water was good and could be used because on Guam they were told not to use certain water. We explain about using the mess halls, when linens will

be distributed, what a Social Security number means and how security clearance checks are being carried out."

The portable field press does not have a typesetting machine with Vietnamese characters. The stories are set in type used for English, then handmarked with phonemes, marks above certain letters that indicate how they are pronounced and which determine the meaning of the word.

Because the paper is printed on an offset press, the phonemes are reproduced exactly as marked by one of the volunteer Vietnamese interpreters.

It's pretty strange looking to an American even though it is printed with the same letters used in this country.

The Vietnamese volunteers also serve as translators for converting the locally written stories into Vietnamese and in helping the PSYOP staff understand how to explain things to the refugees.

After the reporters and interpreters are finished with their work, the print shop goes into action. The printers put together the two-page newspaper, occasionally using pictures and sometimes cartoons drawn by the staff, or a refugee.

AP Wirephoto

Editor and Volunteers

Lt. Linda Hurt; editor of Tan Dan at t. Chaffee, consults with some of the ietnamese volunteers who are serving interpreters to aid in putting out a daily newspaper for the nearly 25,000 refugees at the camp. The first issue of the paper came out May 4, the day the first refugees arrived at the camp.

SHE ONLY SANG FOR ONE SPRING

Short Story

1.

Every morning on his way to work, Nhân saw that girl carrying her books to school. Nhân always saw her graceful figure, her hair flowing to her shoulders, and her elegant, proud gait at the bottom of Beverly Drive. Nhân didn't know which school she attended because there was the county's High School and the Catholic Saint Paul's school nearby.

Usually, at the bottom of the hill, Nhân would slow down his car to watch out for traffic coming from Edgewood Street. Thanks to this, Nhân could clearly see her beautiful face and sad eyes. Those eyes had met Nhân's longing gaze, and, in Nhân's subjective opinion, had given him many subtle signals.

That face, hair, eyes, and figure haunted Nhân all day and even at night, in those fleeting, lonely moments. Longing and loneliness made time seem endless. He had only met her a few months ago, but it felt like many years.

But this morning, at the bottom of Beverly Hill, Nhân didn't see Her! Nhân thought he was later than usual, but looking at his wristwatch, he saw it was only 7:45, so he knew he wasn't late, but actually 5 minutes early. Nhân stopped at a newsstand on the side of the road and bought a golf magazine, even though he never had time to read the newspaper. He had small change but deliberately gave a hundred-dollar bill to wait for the change and exchange a few pleasantries with the saleswoman until 8 o'clock, but still didn't see any sign of Her.

Nhân went into the office like someone in a daze. Everyone had already come out of the meeting room with their coffee cups and were heading back to their offices. James was waiting for Nhân at the door of the Executive Committee office, raising his bushy eyebrows and frowning:

"Did you oversleep? Why are you late? You're a manager, you have to set an example for the staff! This morning, there's an urgent meeting at the District office, you'll represent the company at the meeting, and this afternoon, write a report and send it to the General Manager. OK?"

Nhân greeted the Department Head and quietly drove to City Hall. The meeting went faster than Nhân expected. On the way back, Nhân stopped at Bamboo, a newly opened coffee shop on Maple Street. As soon as he stepped in, even though the lights in the shop weren't very bright, Nhân recognized Her sitting among her friends, around a table near the window.

Startled, overwhelmed with surprise and joy at seeing Her, Nhân stood still in the middle of the room, unsure which way to go, unsure where to sit, when a girl sitting at the same table as Her stood up and waved:

"Anh, Anh Nhân!"

Nhân recognized the acquaintance. It was Liên, the younger sister of Quí, a classmate and also a colleague at the same company. Feeling more at ease, Nhân confidently walked over to where the four girls were sitting. Liên, "little Liên," the little girl who was once your friend's younger sister, is no longer a child but a young woman with a blossoming body, full of vitality.

There was an empty seat next to her, and Liên invited Nhân to sit down. Nhân looked at her before pulling up the chair. She looked at Nhân, a slight smile on her lips. Liên chattered on:

"This is Nhân, a close friend of my brother. And these are Mỹ-Hòa and Lệ-Dung, my classmates from Fairfield High School, and Ngọc Châu, my classmate from Saint Paul VI."

Now Nhân knew her name and which school she attended. Nhân wanted to thank Liên for unintentionally giving him the information he had wanted to know about her for so many months. Nhân smiled, greeted the girls, and asked Liên:

"For a long time, I thought Liên was still studying at a public high school. I didn't realize you had transferred to a Catholic school."

Liên's voice softened:

"My father thinks public schools are too undisciplined now, too many gangs, so he made me transfer schools. Luckily, he didn't make me board!"

For some reason, Nhân was intensely curious why she—Ngọc Châu—wasn't at school that morning. He looked at Ngọc Châu, half questioning, half subtly reproaching:

"Today isn't a holiday, why aren't you girls at school?"

Perhaps guessing the hidden meaning in Nhân's question, Ngọc Châu quickly replied:

"The teachers had a meeting this morning, so we had the day off. That's why we arranged to meet here for coffee."

Lệ-Dung, the girl with short, boyish hair, suddenly looked at her watch and exclaimed in alarm:

"Oh no, it's almost 12 noon! My brother must be home by now. I have to go home immediately, otherwise I'll be punished and won't be allowed to go anywhere anymore."

Nhân didn't understand why Lệ Dung was so afraid of her brother, but seeing the worried expression on Dung's young face, Nhân felt concerned and quickly offered:

"Let me give you a ride home so you can get there quickly." Liên happily exclaimed:

- Thank goodness, thank you, Nhân, for taking Dung home for me. We were having so much fun, we forgot that Dung had to go home to take care of some business with her brother.

Dung was still hesitant, so Mỹ-Hòa added:

- If Dung is worried, we'll go with her, and we'll ask Nhân to give us a ride home too.

Dung nodded. So the four girls rushed out onto the street and quickly climbed into Nhân's 4Runner.

Nhân dropped each of them off, with Ngọc-Châu being the last. With only the two of them left in the car, Nhân was free to talk to Châu, to share the secret thoughts that had been bottled up in his heart for so long. Châu told him that her father had passed away and she was currently living with her mother and a stepfather who worked as a car mechanic. Every day, after returning from the repair shop, her stepfather would often drink heavily and get drunk, sometimes scolding Châu terribly, even though she hadn't done anything wrong. That's why Châu didn't like being at home. Whenever she had a day off from school, she would go out with her friends, just like today.

Now Nhân understood why that beautiful face always held a deep, hidden sadness.

Nhân wanted to comfort Châu, but he felt that empty words wouldn't help and might even sound insincere. Therefore, he remained silent, despite feeling immense pity for Châu. Both were silent, and that silence perhaps conveyed more emotion than any meaningless conversation.

The 4Runner was nearing the end of Beverly Hill. Ngọc-Châu quickly said:

"Stop the car, let me get out here, please."

Nhân pleaded:

"Let me take you all the way home, okay? I want to know where you live. I want to pick you up for school and take you home..."

Ngọc-Châu grabbed Nhân's hand, panicked:

"No, you can't. Please let me get out here! My stepfather is very difficult; if he sees you taking me home, I'll be in big trouble. Please!"

Seeing Châu's trembling, frightened voice, Nhân quickly stopped the car near a roadside newsstand, allowing Châu to get out. Châu hurried across the street. Her figure disappeared behind a wooden gate, behind the tall trees of an old, dark residential area...

Nhân slowly drove past the school, feeling as if he were living in a dream...

2.

Since meeting Ngọc-Châu, Nhân felt his life had completely changed. He was as happy as a child, secretly singing love songs all day long, songs he had heard on many of Ý-Lan's CDs. Nhân's favorite was the song "Love Song for a Beautiful Woman":

"The river is very old, yet still so elegant... The river is very old, yet flows so gracefully..."

At the office, everyone noticed Nhân's charming transformation. He was no longer sullen, frowning, or grumpy. Towards everyone, superiors or subordinates, Nhân was remarkably gentle and humble. He eagerly accepted any request. He even put Ý-Lan's CDs into his PC, working while listening to music and singing along. The employees whispered to each other: "He's in love."

Nhân went to work earlier than before, often stopping his car to wait for Ngọc-Châu at the bottom of Beverly Hill, a hill Nhân nicknamed "Dream Hill" after the title of a song by Ngo Thuy Mien. Ngọc-Châu also went to school earlier so Nhân wouldn't have to wait long. They exchanged thoughts, shared new music CDs, interesting videos, or beautiful magazines. Sometimes, if a professor was ill and dismissed class early, Ngọc-Châu would call Nhân. Nhân would find any excuse to ask James, his department head, for permission to pick up Châu, take her shopping, go for walks in the park, or drive to the outskirts, to quiet hills, to tell each other stories about their lives.

Looking at Châu's rosy, pouting lips, Nhân sometimes wanted to kiss them, but he was still hesitant. Once, on a deserted road near a golf course, Nhân casually put his arm around Châu's shoulder, intending to hug her. Châu gently removed his hand, placed it back on the steering wheel, pointed to a sign that read "Do Not Drive On The Shoulders," and pretended to be serious, saying:

"Don't you see the sign that says 'No putting your hand on someone's shoulder while driving'?"

Nhân laughed heartily at Châu's remark and admired her even more for her clever way of deflecting his overly familiar gesture.

To ease Châu's concern about his unintentional intimacy, Nhân pointed to the "Don't Walk" sign that had just lit up at the intersection and recounted:

"When I first came to America, I thought everything in America was fast-paced, so when I was walking across the street and saw the 'Don't Walk' sign, we thought it meant 'Must Run,' so we ran across the street as fast as we could, making the Americans stare at us, wondering what these 'Chinese' guys were doing running like crazy!"

Knowing that Nhân was "retaliating" for her earlier remark, "No driving with your hands on my shoulders," Châu burst into laughter. Since meeting Nhân, Châu's life had been filled with joy and laughter. Sometimes, she even forgot some of the hardships of being a poor girl, orphaned since childhood. School hours flew by quickly, knowing that someone was waiting for her outside the school gate. The hard work at home also seemed less significant, knowing that early the next morning, that person would be waiting for her at the bottom of Dream Hill, with packets of candy, cakes, and small gifts.

Châu felt happy and wanted to cherish every moment with him, so when Phượng-Liên invited her to her 18th birthday celebration, Châu immediately accepted, even though she didn't know how she would explain it to her mother and stepfather to get permission to stay out until midnight. Finally, Châu had no choice but to lie, saying she was going to Phượng-Liên's house to work on a group project, which would likely finish very late.

After dinner, Châu washed the dishes and cleaned up as usual, then quickly took a shower. To avoid suspicion from her mother and stepfather, Châu wore jeans and a T-shirt, left her hair down naturally, without makeup, and carried a backpack, just like she usually did for school, before leaving the house.

Châu walked towards the town's football field. Nhân was already waiting there. Châu took a black evening dress out of her backpack and changed clothes in the back seat of the 4Runner. She also brought a makeup bag and a mirror and comb set. For a short while, when Châu returned to her seat next to Nhân, Nhân found his Ngọc-Châu incredibly beautiful, dazzling, and captivating. He felt proud but also a little worried, fearing he wasn't worthy of her.

Seeing Nhân gazing at her in a daze, Châu seemed pleased, with the joy of a girl who knows she's beautiful but is still a little shy:

"Why are you looking at me like you've never seen me before? We should leave now. We need to get there early to find a parking spot near your house."

Nhân remained silent, driving quickly towards Liên's house. Although he didn't say anything, Nhân felt Châu was right, because Phượng Liên usually invited a large number of people, and if they arrived late, they would have to park far away and walk up a rather steep hill. On a normal day, wearing flat shoes and casual clothes wouldn't be a problem, but now, wearing an evening gown and high heels, it would be quite inconvenient.

3.

When Ngọc-Châu and Nhân arrived at Phương Liên's house on Windy Hill, all the parking spaces were full, and cars were lined up along La Rose Street, with not a single empty spot. According to the weather report on Channel 69, there would be heavy rain and possibly thunderstorms tonight. Perhaps that's why everyone arrived early, hoping to leave earlier than planned.

Arriving in front of Liên's house, Nhân stopped the car to let Châu out, then drove all the way down to the bottom of the hill to find a parking spot far away, hoping to leave early without being blocked by other cars. Nhân ran quickly back up the hill, not wanting Châu to wait. Châu hadn't gone inside yet, still standing on the porch, waiting for Nhân. Her hair was blowing in the wind. Nhân took Châu's hand and whispered:

"Why didn't you go in first? It's cold out here, what if you catch a cold?"

"I was waiting for you."

"Waiting for me forever?"

"Yes, I will wait for you forever."

Nhân gently kissed Châu's forehead as a thank you. Just then, Phượng Liên came out the door. Seeing Nhân kissing Châu, Liên exclaimed loudly:

"Oh my God, who can stand this situation! Hurry up and come in, everyone has already started eating. I heard there's a storm tonight, so everyone wants to 'finish early and rest early.'"

Nhân took Châu's hand and quickly walked into the dining room. Just as Liên said, Liên's friends had already taken food and divided themselves into small groups, eating and chatting loudly. Nhân also got food for Châu, and the two found a corner of the room, sitting together, eating quickly because neither of them seemed hungry; just being together was enough...

As the party was winding down, Phạm Cung, the person in charge of the sound and music, stood up and asked everyone to prepare to sing "Happy Birthday." Ngọc Châu helped Mỹ Hòa and Lệ Dung bring the birthday cake into the dining room. The lights in the dining room were turned off. On the birthday cake, 18 candles twinkled brightly. Everyone sang "Happy Birthday," and Liên joyfully blew out the candles amidst the applause and cheers of her friends.

Then the lights were turned back on, and the singing program began with the song "Spring Love Song" performed by My Hoa. Ngọc Châu was very surprised because she had asked Liên to tell Phạm Cung, the band leader, to let her sing first because she had to leave early, so why did Phạm Cung introduce My Hoa to sing first?

Ngọc Châu went to look for Liên. Liên was helping Madame Thu Cúc, the director of the catering company for the meetings, clean up in the kitchen and put the leftover food in the refrigerator. Hearing Ngọc Châu's question, Liên quickly replied:

"Don't worry! I'm sure Mr. Cung forgot. I'll help Madame Cúc for a little while, then I'll go out and remind him, okay?"

Ngọc-Châu returned to the living room and saw Nhân looking around, seemingly searching for her. Her heart fluttered, and she completely forgot her promise to Liên. Meanwhile, Mỹ-Hòa was singing her second song, "Loving You, I Ask," by Văn Sơn Trường, a talented musician from Fairfield County. Châu seemed to have heard this song on the internet, www.dactrung.com, sung by Bạch Yến – it was very lovely.

As soon as Mỹ-Hòa finished singing, Ngọc-Châu quickly walked to the corner of the room reserved for the band, deliberately trying to catch the attention of musician Phạm Cung. But instead of introducing Ngọc-Châu, Phạm Cung said:

"After a female vocalist, the program is usually followed by a male vocalist. We are pleased to introduce to you a new and very talented singer. He recently won second prize in the singing competition organized by the New Era Monthly Magazine. Please give a big round of applause for Bảo Vĩ..."

Bảo Vĩ sang "Whispering Spring," a new song popular among young people, often sung by Diễm Liên or Kevin Khoa, and it was very lively. Afterward, Bảo Vĩ performed the love song "Dream Under the Flowers," a song written before 1975 in their homeland, which was enthusiastically applauded.

Ngọc-Châu approached Phùng Quân, the electric guitar player, patiently waiting for her turn. But the next singer was Madam Thu Cúc. She sang a French song, "L'amour C'est Pour Rien." Her voice was sour, and she was practically "shouting," not singing. Although no one called for an encore, she nonchalantly said:

"According to your request, I will sing the song 'Spring Girl.'" (Then she started singing) "You are like a girl who is still in her prime..."

Unable to bear it any longer, Nhân went to Châu and whispered:

"Châu, do you want to go home? I can take you. If this continues, you'll probably have to wait until midnight!"

Ngọc-Châu didn't know what to do when Liên appeared. Seeing Nhân's unhappy expression and Châu's embarrassment, Liên quickly took Ngọc-Châu's hand, pulled her behind Phạm Cung who was playing the keyboard, and whispered something in Cung's ear. Châu couldn't hear clearly, but she saw Cung nod.

So Châu had to wait there until Mrs. Thu Cúc finished singing. Liên took the microphone from Mrs. Cúc and announced loudly:

"Save the best for last," Liên invited everyone to listen to the best voice from Saint Paul school: Ngọc-Châu, Liên's classmate, singing "Unbreak My Heart."

The moment Ngọc-Châu sang the first note, Nhân felt as if the universe had vanished. Both space and time were erased by Ngọc-Châu's choked, sobbing voice.

Nhân no longer remembered where he was. He no longer knew who was around him. He felt like he had become a still object. All that remained was Ngọc-Châu. Only she was real. Only she was Life. Only she was breath, oxygen. Nhân was enraptured by Châu's whispered words. The lyrics, which Nhân was familiar with through Toni Braxton's singing, were now Châu's, seemingly meant only for him.

But in reality, those whispered words weren't just for Nhân, but for every single person in the crowd. Everyone thought those lyrics, that breath, was meant for them alone. And everyone wanted to thank the girl who sang it, as if it were a personal gift. The applause and requests for more songs seemed to shake the mansion—as large as a castle—on top of Windy Hill.

Ngọc-Châu sang another song, "Let Me Forget My Youthful Dreams," by Lam Phương, both in Vietnamese and French ("C'est Toi").

"Let me forget the distant, innocent dreams of my youth

Let me forget the moments in your arms, the pouring rain...

"It is you who carries my heart to the firmament

And who makes me yearn for you every moment..."

Nhân couldn't imagine that Ngọc-Châu could sing so beautifully. Her voice couldn't simply be called beautiful; it was full, expansive, vast, wonderful, perfect. That's why the listeners kept asking Ngọc-Châu to sing more, and more, and more. Ngọc-Châu sang as if by chance, as if by destiny, and sang to forget, like Cinderella lost in the joy of the moment, forgetting the time.

Around midnight, when the dancing began, Nhân and Ngọc-Châu finally remembered reality. Châu remembered telling her mother and stepfather that she was going to Phượng Liên's house to work on a school project, and Nhân now remembered that he had to take Ngọc-Châu home before midnight.

Ngoc-Chau and Nhan silently, one by one, left Lien's house through the garage, without saying goodbye to anyone, including Lien.

When Chau and Nhan reached the foot of the hill, where Nhan had parked his car, it started to rain and a storm began to gather.

Nhan thought that since he had parked at the foot of the hill, no one would be blocking his way, but a Jaguar with unfamiliar North Carolina license plates, whose owner he didn't know, was parked right in front of Nhan's 4Runner.

Nhan immediately thought: maybe Lien knew the owner of this Jaguar and

Lien could ask that person to come down to the foot of the hill, drive a little further ahead, and Nhan could drive out.

Nhan used his cellphone to call Lien, but the loud dance music seemed to be too much, Lien didn't hear the phone ringing, so she didn't answer.

Nhan told Chau to lock the car doors and wait, then he sped off in the rain and wind to the top of Wind Hill.

When he arrived at Lien's house, Nhan was drenched and shivering with cold. At that moment, everyone

was embracing each other to a slow dance in the dim light. Nhân searched and searched until he finally found Liên, but Liên said she didn't have a single friend or acquaintance who owned a Jaguar. Nhân had to borrow the band's microphone, apologize to everyone, and ask if anyone had a Jaguar, asking them to move aside so he could get out.

Nhân kept asking, and finally, from the corner of the room, a girl's laughter shouted:

- A Jaguar? Oh no, that Jaguar belongs to my brother who came from North

Carolina to visit. I borrowed it for a show-off tonight, I don't remember whose car it is! Ha...ha...

At this point, Nhân didn't find the girl's words and story about borrowing her brother's car to show off to everyone funny at all; in fact, it was quite inappropriate. But Nhân still tried to smile at the girl:

- Let me ask someone to take Hạnh down to the foot of the hill quickly so she doesn't get wet because it's raining heavily.

The young man sitting next to Hanh quickly stood up, volunteering to do it. Hanh grabbed her purse and followed him. The two of them sheltered each other under an umbrella, giggling as they walked. Watching them stroll along, Nhan grew impatient, but he forced a smile and hitched a ride down the hill in their car.

As soon as the car stopped next to the Jaguar, Hanh rummaged through her purse for a while and then shrieked: "- Hanh left the bunch of keys in her coat, hanging in Lien's closet!"

Nhân didn't know what else to do but get into the 4Runner, sit with Ngọc-Châu, and wait for Hạnh to return from Liên's house with the Jaguar's keys. Ngọc-Châu's face was full of anxiety. She was trembling, whether from the cold or from fear, or perhaps both. Nhân started the car and turned the heater on full blast, but after only a moment, Ngọc-Châu said:

"Turn off the engine, please! Driving like this wastes a lot of gas. We need to conserve fuel because with this rain and wind, we don't know when we'll get home, and running out of gas would be a big problem."

Nhân thought Ngọc-Châu had a point, but he didn't listen to her because he didn't want her to catch a cold.

About 15 minutes later, Hạnh returned with the bunch of keys. After fumbling around for a while, Hạnh finally found the right key and drove the Jaguar forward about three meters, allowing Nhân to pull his car out onto the road.

Even though he was in a hurry, Nhân got out of the car to thank Hạnh, shook hands with the volunteer who had driven Hạnh there, and then quickly sped away.

4.

After driving a few miles, Ngọc-Châu and Nhân's clothes were less damp. However, because the heating system was running, they felt a little warmer. Nhân drove with one hand, while the other hand tightly held Châu's hand. Her hand wasn't soft like the hands of the girls often described by writers in novels. Châu's hand was bony and calloused, showing that she had worked very hard. To Nhân, this hand was beautiful. Nhân brought that hand to his lips and kissed it passionately. Ngọc-Châu didn't object, closing her eyes and leaning her head on Nhân's shoulder, as if trying to find a long, sweet dream.

However, that dream had only just begun to take shape when Ngọc-Châu felt a strong jolt, a terrible collision, and it seemed as if the universe had shattered into pieces. Ngọc-Châu tried to open her eyes wide to see where Nhân was, but she only saw a profound darkness. Ngọc-Châu tried to call out to Nhân, but her voice wouldn't come out; it was choked in her throat, sounding like a faint cry from the void...

***

- Châu, wake up! Wake up, my child! It's me, your mother, wake up!

Châu felt like she was a 9 or 10-year-old girl who had overslept in the morning, causing her mother to wake her up so she wouldn't be late for school. But why were there so many voices around Châu? It wasn't as quiet as her bedroom. Châu tried to open her eyes. Through the hazy mist, she saw the haggard, panicked face of her mother and the gaunt face of her stepfather. Châu blinked several times and tried to open her eyes wider. Beside her mother, Châu also saw a man in a white lab coat and a woman in a turquoise blouse.

Châu wanted to turn her head to look around and see where she was, but her head ached so much that she couldn't move. Just then, Châu heard her mother exclaim:

- Doctor, she's awake! Thank God, my daughter is awake!

Now Châu knew she was in a hospital. She felt sore and aching all over. She looked down at her legs and saw that her left leg was in a cast. Châu raised her hand to her face. Her face was still bandaged, wrapped up to her head. Before Châu could ask anything, a police officer entered, handed Châu's stepfather a clipboard, and said:

- Mr. and Mrs. Nguyen, please sign this Accident Report so we can complete the report. When Miss Noc Châu is feeling better, we will conduct an interview to complete the file.

Châu interrupted the police officer:

- Excuse me, sir. Could you please tell me what happened?

- Your friend's 4Runner crashed into a logging truck. The 4Runner was completely wrecked, a total loss, and had to be towed to the junkyard. Châu choked back tears:

"What about my friend?"

The police officer replied coldly:

"I'm sorry, he didn't make it. Even though the airbag deployed, it couldn't protect the driver because the impact was too strong. You are incredibly lucky."

Turning to Châu's stepfather, who had just finished signing the accident report, the police officer added:

"Driving late at night, on a steep, slippery road due to the rain and storm, it's very difficult to avoid an accident. Parents should try to advise their children..."

Châu's ears were ringing. She no longer heard the cold voice of the police officer. Tears welled up in her eyes. She no longer saw her mother or her stepfather. She only remembered the moment when Nhân held her hand and brought it to his lips, kissing it passionately and tenderly. Was it because he was driving with one hand? Was it because of the emotional intensity that Nhân couldn't react in time when the truck crashed into the 4Runner?

Châu choked back tears:

"Nhân, I killed you! I was having too much fun, staying out singing until midnight, and that's why this happened. If we had gone home earlier, nothing would have happened! Nhân, please forgive me..."

5.

Ngọc-Châu was in the hospital for nearly two weeks. The wounds on her head had healed. The wounds on her face had scarred. The cast on her left leg had been removed, but Châu still had to use crutches to walk.

During the two weeks she was unconscious in the hospital, Ngọc-Châu missed Nhân's funeral, couldn't accompany Nhân to his final resting place, and couldn't see Nhân's face one last time. Ngọc-Châu cried, crying as if she had no more tears left. There were times when she regretted not dying with Nhân. If only they had died together, perhaps there would be no more suffering!

A week after returning home, at the decision of her stepfather, Ngọc-Châu was sent to a boarding school at St. Mary's in Highland, about a two-hour drive from Fairfield County, only returning home during holidays.

According to her stepfather, he wanted Ngọc-Châu to attend boarding school so she could focus on her studies and forget her sadness. But Châu thought that it was a punishment for her lies on the night of Phượng-Liên's birthday party.

In reality, Ngọc-Châu lived as if she were dead. Before, Châu had begged her mother and stepfather not to send her to boarding school because she didn't want to be away from her friends. Now, Châu knew that begging would be useless. Besides, Châu didn't want anything anymore. She wanted to give up on everything. Ngọc-Châu's soul was shattered; what did she have left to dream of, to pursue, to hope for?

From that day on, the people of Fairfield no longer saw a young man driving a 4Runner, picking up and dropping off a slender young woman with shoulder-length hair and graceful steps at the end of Beverly Drive. Since that day, in Pleasant Valley, near the foot of Windy Hill, where the tragic accident between the 4Runner and the logging truck occurred, someone erected a cross, adorned with sparkling, jewel-like garlands of beads.

And especially, every year, on the birthday of Phượng Liên – the daughter who lived in the villa on top of Windy Hill – a very beautiful nun with incredibly sad eyes would bring fresh flowers to place at the foot of the cross and sit there crying alone until sunset.

NGUYỄN ĐỨC NAM

SPRING ARRIVES, REMINDING ME OF MY FRIEND

Memoir

Mr. Nguyễn Đình Quý graduated from Class 17 of the Thủ Đức Infantry School and 17th graduating class of the Military Transportation branch of the Ordnance Corps. He was originally from Northern Vietnam but grew up in Đà Lạt and attended Trần Hưng Đạo High School. Before joining the army, he was a teacher at the private Việt Anh High School. After graduating from the Republic of Vietnam Armed Forces Ordnance School, he was assigned to Đà Lạt, serving with the 851st Direct Support Ordnance Company.

At that time, The 851st Direct Support Ordnance Company was temporarily stationed in an old barracks of the Imperial

Guard Command, located on a hill opposite the Police Control Post at the beginning of Nguyen Tri Phuong Street and about half a hill away from the Engineering Battalion camp.

Mr. Quý's house at 17 Nguyễn Tri Phương Street was only a few hundred meters from the Ordnance Company, close enough to walk to the unit.

His classmates were all happy for him, and Mr. Quý and his family were especially joyful as well. He was the only son in the family, always needed to care for his elderly parents and his younger sisters.

Being a true Đà Lạt local and a former high-school teacher, Mr. Quý was well known throughout the province. Wherever he went, he was respected. Therefore, handling matters for the unit, especially personnel relations, was easy and efficient. Communication with other units such as Engineers, Signal Corps, Quartermaster, Medical Corps, Transportation Corps, the National Military Academy, the Command and General Staff College, the Political Warfare College, and even the University of Đà Lạt posed no problem at all. Everything could be settled with a phone call or a friendly visit.

I enlisted in 1965. After completing Phase One, basic military training at the Thủ Đức Infantry School, I was selected for Phase Two, specialized training at the Ordnance School in Hạnh Thông Tây, Gò Vấp.

Allow me to open a parenthesis here: At the time, I was studying Philosophy at the Faculty of Letters, University of Saigon. Because I forgot to complete my draft-deferment paperwork, I was arrested and sent to Quang Trung Induction Center, then transferred to the Thủ Đức Officers

School. Neither my family nor my Gia Long girlfriend knew that I had joined the army until they received a "Letter from a Soldier" from APO 4100.

During training, I met a literary friend, the painter Trịnh Cung, who was then my senior at the school. He introduced me to the Editorial Board of the Infantry Monthly Magazine, working with Professor Nguyễn Khắc Ngữ, journalist Nguyễn Ngọc Bích, and young Nguyễn Ngọc Hồ. He advised me that after graduation, I should contact senior literary figures at the Psychological Warfare Department to work for Tiền Tuyến magazine or the Armed Forces Radio Station.

However, after Phase One at Thủ Đức, I was selected for the Ordnance Corps. When the list of officer cadets chosen for specialized branches was read aloud, the entire parade ground of over a thousand cadets erupted in cheers, both congratulating me and expressing surprise that a student from the Faculty of Letters had been assigned to Ordnance. At that time, I had no idea what the Ordnance Corps was or what it did, nor who had requested my assignment there.

Later, when I met musician Hoàng Nguyên in Đà Lạt, I learned that he had proposed to Colonel-musician Anh Việt Trần Văn Trọng, Director of the Ordnance Department (then also President of the Armed Forces Artists Association), to request from the Joint General Staff that I be assigned to Ordnance. The purpose was for me to work on Khởi Hành magazine, the publication of the Armed Forces Artists Association, and to assist Hoàng Nguyên with the Ordnance radio program on the Armed Forces Radio Station.

After graduating, I requested assignment to Military Region IV, Mỹ Tho, Long Xuyên, Cần Thơ, Châu Đốc, Rạch Giá, because I loved life in the Mekong Delta, and also because my girlfriend at the time, a Gia Long High School student, was from Rạch Giá.

Because I graduated with high honors (Valedictorian of Ordnance Class 21) and according to my request, I was approved to report to the Ordnance Company in Cần Thơ.

Holding the assignment order in my hand, I proudly showed it to my girlfriend's family. Her grandparents, parents, and uncle were all delighted. Everyone believed Cần Thơ would be an ideal place for our future married life, and from Rạch Giá they could visit us easily.

But just days later, Lưu Trọng Hiếu, a close classmate, came to visit me with his fiancée. Hiếu was a gentle, cheerful Southerner. Because his name ranked low on the graduation list, he was not given priority to choose an assignment and was ordered to report to 5th Logistics Command, at the time, neither of us even knew where that command was located.

With a sad face, Hiếu said to me haltingly:

"You're from the North, you can't choose a unit near your hometown anyway. Going anywhere is the same for you. Why choose Cần Thơ? Swap assignments with me. The Ordnance Company in Cần Thơ is just one bridge away from my future wife's home. You can do the transfer paperwork easily, just go to the Personnel Office, have Ordnance sign it, and it's done."

He had a point. I was born in Hà Nội, and there was no Ordnance unit near Hà Nội, so how could I claim "service near home"?

Seeing his sorrowful face, so unlike his usual cheerful self, and especially seeing the tearful eyes of his Cần Thơ fiancée, my heart softened. I promised to meet him the next day at the Ordnance Personnel Office to arrange the transfer.

When the Personnel Chief heard my request, he immediately took me to see Colonel Thông, Deputy Director of the Ordnance Department. I panicked, thinking I might be expelled from Ordnance altogether. But Colonel Thông did not scold me. Calmly, he asked:

"Have you thought this through, Ensign? You ranked first in Accounting and Logistics. You could choose the newly formed 831st Unit in Thủ Đức, Battalion 230, the Army Industrial Complex, or the Ordnance School in Gò Vấp. You requested Cần Thơ, and now you want to transfer it to your friend, how is that?"

After hearing my explanation, "I'm a Northern refugee; going anywhere is the same", he nodded.

"Helping a friend like that is commendable." (Turning to the Personnel Chief)

"Very well. Issue orders for Ensign Nam to report to Lieutenant Colonel Phạm Kỳ Long, 5th Logistics Command."

I dare not recount the reactions of my Gia Long sweetheart's family, her sobbing, tears, reproaches, as well as the scoldings from my own family.

The 5th Logistics Command was located in Nha Trang. I flew there with six other officers of Class 21 to report to Lieutenant Colonel Long, Commander of the 85th Ordnance Group.

Fortunately, I had met Colonel Long before in Ban Mê Thuột when he commanded my brother-in-law's unit. I had once ridden in Mrs. Long's car from Gia Định to Ban Mê Thuột to visit my relatives after passing my junior high exams. I never forgot her, a Southern woman with a gentle, radiant face and a warm smile. That, perhaps, was why I later fell in love with a Southern Gia Long student.

I did not know whether Colonel Long remembered me, but after reviewing my file, he asked warmly:

"I know you transferred your assignment to help a friend go to Cần Thơ and asked to come here. The 85th Ordnance Group has units in Nha Trang, Phan Thiết, Đà Lạt, and Lâm Đồng. Where would you like to serve?"

Nha Trang was beautiful, but Đà Lạt was more poetic, and I had only visited once. I answered immediately:

"Sir, I request Đà Lạt. There is a university there, and I can continue my studies."

All seven officers wanted Đà Lạt, but only I was assigned there. (There were reasons I learned later, but I will not mention them here to avoid accusations of favoritism.) Thus, I went to Đà Lạt, and met Nguyễn Đình Quý.

During my early months in Đà Lạt, I stayed at Mr. Quý's house, living as a younger brother in his family, alongside Ngân, a student at Bùi Thị Xuân High School, and Nga, a student at Couvent des Oiseaux. Mr. Quý helped me enroll at the University of Đà Lạt in Business Politics. Though I lacked some paperwork from the University of Saigon, registration went smoothly thanks to his connections with staff, professors, and even the rector priest.

He often took me out to eat. Sometimes, near the end of the month when we were short on money, restaurants let us run a tab until payday.

Some evenings, we went to cafés to listen to Khánh Ly sing. Dancing was carefree because Mr. Quý was close friends with the nightclub owner, and we rarely had to pay for dance partners. Thanks to him, a poor young ensign learned how to dance and enjoy life. Hearing this, my girlfriend's family in Saigon grew anxious and planned to send her to Đà Lạt to board with her aunt while studying.

In the unit, Mr. Quý taught me everything. What we learned in military school was too theoretical to be practical. He also taught me to drive a Jeep and took me to the National Military Academy to obtain a driver's license. When my Gia Long sweetheart left Saigon to study at Bùi Thị Xuân High School in Đà Lạt, Mr. Quý contacted Tuyên Đức Province to secure me a lovely room at the officers' guesthouse, overlooking rose gardens on La Rose Street near the Pasteur Institute.

To me, Nguyễn Đình Quý was not just a senior officer or commander, but a brother, a companion in life, a benefactor in times of need, and a teacher with conscience. In short, he was my idol.

Our 851st Direct Support Ordnance Company was initially stationed at an old Imperial Guard barracks near the Nguyễn Tri Phương police post. After one year, we moved to a brand-new base built by the American RFK Company on a hill behind King Bảo Đại's Palace No. 3.

Though beautiful, I always felt the location was insecure, situated in a basin surrounded by higher hills, like a miniature

Điện Biên Phủ. Across the gate lay an abandoned cemetery. From those hills and graves, the enemy could easily observe our activities. I often wondered whether RFK had consulted any security authorities when building the base.

I had a habit of going out for coffee at night, usually to Tùng Café or Thủy Tạ. One late-year evening at Thủy Tạ, while discussing music with Thanh Trang (author of Duyên Thề and a professor at the Military Academy), we learned that Lieutenant Thanh of the Signal Center near our unit had been killed by a B-40 rocket on his way back to camp.

Lieutenant Thanh routinely went home for dinner and returned to camp at dusk. Mr. Quý often warned me that such habits were dangerous. That night, instead of returning immediately, I escorted Thanh Trang back to the Thủy Tiên Hotel and stayed there singing and playing music until midnight.

When I returned to the unit, it was nearly 1 a.m. Unable to sleep, I read a literary magazine and drifted off.

Suddenly, thunderous explosions shook the bunker.

I cracked open the door and saw a massive fireball rising from the fuel depot. The vehicle and weapons depots were also burning. Gunfire erupted everywhere.

I grabbed my helmet and Colt .45 and ran to the Signal bunker to find Mr. Quý. His bunker had collapsed. Near the entrance, illuminated by flames, I saw his tall, thin body lying motionless. I knelt beside him, called his name, no response. His head was covered in blood. His heart had stopped.

I closed his eyes and carried him into the company office to keep him warm. I whispered:

"Lie here and wait for me. I'll check on Captain Vũ and call an ambulance."

Captain Vũ's bunker had completely collapsed. Through a ventilation hole, I heard a weak voice, it was Thắng, his driver, wounded and blinded. Captain Vũ was already dead.

I later organized armored vehicles, called for flares, repelled the enemy commandos, extinguished fires, counted casualties, and reported to higher command.

At dawn, I returned to see Quý. His body was cold. I wiped the blood from his face. He looked peaceful, like a man asleep.

***

From the Tết Mậu Thân Offensive until now, more than 57 years have passed. Every time spring returns, I remember Quý deeply. If there is another life, if the homeland is still at war, if I must serve again, I would choose the 5th Logistics Command, the 85th Ordnance Group, and the 851st Company in Đà Lạt, even if my Gia Long sweetheart were angry, even if families mocked me as foolish.

I would choose them to meet Nguyễn Đình Quý again, a former high-school teacher, an officer of Ordnance Class 17. I wish to live another lifetime with him.

I am proud to have known him, and I am certain his family, his wife and children, share that pride.

NGUYỄN ĐỨC NAM
(Tết Ất Tỵ)

THE SUPPORTING ROLE

Short Story
(Dedicated to singer Loan Châu,
who performed the song "Vai Phụ")

Mẫn knew very well that Mỵ did not love him. In those moments when Mỵ lay in Mẫn's arms, her eyes tightly shut, her lips trembling slightly as she whispered Huỳnh's name, Mẫn understood immediately: she was thinking of Huỳnh, imagining herself in the embrace of Mẫn's closest friend.

Huỳnh was a year older than Mẫn and one grade above him at Chu Văn An High School. He was handsome, and though his family was not rich, they were well-off enough to dress him fashionably. Everyone at school admitted that Huỳnh dressed very "chic." More dangerous for young girls was the fact that Huỳnh wrote romantic poetry with great flair. Once his poems appeared in newspapers, girls would race to copy them. Some even memorized Huỳnh's verses better than their school lessons.

Truthfully, Mẫn himself admired Huỳnh immensely and had, on occasion, picked up a poem Huỳnh had casually left behind, copied it neatly, signed his own name, and sent it to the girl next door, whom Mẫn had adored madly since his fourth year at Nguyễn Trãi School.

Huỳnh had a habit of writing poetry whenever inspiration struck, scribbling on anything he could find, book covers, notebooks, calendars, napkins, and then forgetting about it completely. That was how Mẫn got the chance to "steal" Huỳnh's poems without Huỳnh ever remembering them.

Unfortunately, the girl next door loved more than poetry. She also loved new clothes, perfume, jewelry, things far beyond the means of a poor student and beyond the imagination of a boy just coming of age. Without any drama, she left Mẫn for a country-looking boy with slicked-back hair and a shiny Italian Vespa, leaving behind in Mẫn's heart a pale, bleeding wound. From then on, Mẫn no longer stole Huỳnh's poems.

Mẫn lost faith that poetry could bring him love. Yet Huỳnh remained as popular as ever, surrounded by young admirers and flourishing romances. Was that the difference between a true artist and a plagiarist? Mẫn seemed to awaken and began writing his own work.

Among Huỳnh's young artistic admirers, My stood out, beautiful, charming, and especially favored by Huỳnh. She was not only lovely but also gentle in speech. Mẫn did not know when they became acquainted. He only knew that at the year-end gathering of the Lạc Việt Literary Group at the Literature & Arts Club, Huỳnh brought My along, and they were the most striking couple, famous for both beauty and talent. Mẫn secretly envied Huỳnh throughout the evening, longing to have someone like My. Huỳnh sat among the crowd, next to a beautiful woman, and was being praised by so Many people; it seemed that just being able to say a word to Huỳnh was considered a great honor.

Standing on stage, performing her duty as the announcer, Mẫn, wanting to capture the audience's attention, was forced to praise Huỳnh, extolling him with dazzling words. But his heart ached because Mẫn clearly saw Mỵ affectionately looking at Huỳnh, gently touching his hand, seemingly delighted to be his artistic "sister." Then, at Mẫn's invitation, Huỳnh recited a poem he had composed, a poem about love and spring, which was highly praised. The applause seemed endless. At that moment, Mẫn thought Huỳnh was incredibly handsome. His white-rimmed, tortoiseshell glasses made his oval, fair face look intellectually beautiful. His white pique shirt and black velvet trousers were so elegant. Huỳnh walked amidst the sounds of applause and admiring glances. Then Mỵ, Huỳnh's companion, also went on stage to entertain with a foreign song. She sang rather poorly, but people applauded wildly because of her beauty and because she was with Huỳnh; they applauded to please him.

Like all other celebrities in this world, Hùynh took Mỵ home early. From the moment Hùynh took Mỵ away, Mẫn lost all interest in talking and handed over the program Management duties to one of his subordinates, then sat among the crowd, seeking solace in other smiles and flirtatious gestures. However, Mẫn couldn't forget Mỵ's image, with her bright smile, sweet voice, and angelic face.

After a sleepless night, filled with longing and infatuation, Mẫn went to Huỳnh's house the next morning while Huỳnh was still asleep. Mẫn had to wake Huỳnh up and invited her to breakfast. Huỳnh said that she had a date with Mỵ that morning. Mẫn happily suggested that Huỳnh invite Mỵ to breakfast as well, to make it more fun. Of course, Mẫn would be delighted to treat them both.

Mẫn met Mỵ after that outing and gradually became close to her. To Mẫn, Mỵ was no longer an untouchable figure as he had thought at the party. However, to Mẫn, Mỵ was still Mỹ-of-Hùynh, still embracing Hùynh, holding Hùynh's hand, and kissing Hùynh even during their outings together; and Mẫn always felt that he was just a "**supporting character**" in a "love triangle" or nothing more than an audience watching Hùynh and Mỵ act out a love story.

In the early spring days of that year, Mẫn often went to Mỵ's house, ate meals with her, listened to her sing, chatted with her, or listened to Mỵ confide in him about Hùynh. One evening, Hùynh made a date but didn't show up, so Mỵ showed Mẫn her diary. Through the pages of the diary, Mẫn saw that Mỵ was madly in love with Hùynh. Hùynh was her source of life, her idol, her everything. Judging by the strength of the feelings of the two rivals, Mẫn was certain that Hùynh would be the winner in this battle of love. Mẫn didn't understand where Hùynh went or what he did during the times Mỵ longed for his presence, but Mẫn was sure that Hùynh wouldn't be as lonely as this girl. Previously, Mẫn admired Hùynh so much, but now he hated Hùynh just as much. From then on, Mẫn's passionate love for Mỵ was tinged with a little more compassion.

Some nights, Mẫn would stay at Mỵ's house until midnight, playing sad songs for her to sing along to. Mẫn wasn't a particularly good musician, but because he knew the songs Mỵ liked, his playing sounded quite sweet. Mẫny nights, Mỵ would ask Mẫn to play for her until she fell asleep. Looking at Mỵ's closed eyes, her long, curved eyelashes, and her slightly parted lips, trembling like a butterfly in the morning, Mẫn desperately wanted to kiss her. But what about Hùynh, Mẫn's best friend? What if Mỵ refused and told Hùynh? What would happen to their friendship then?

And Mẫn loved Mỵ in silent suffering. While Mẫn was suffering, Mỵ was also unhappy because Hùynh always had beautiful girls ready to enter into a relationship with him. Hùynh showed signs of infidelity, neglecting Mỵ. Mỵ wrote in her diary again, cried every night, showed the entries to Mẫn, made Mẫn play music to lull her to sleep, asked Mẫn to comfort her, and unintentionally, made Mẫn love her even more. But Mẫn still didn't dare to make a move because he didn't want to take advantage of her while she was suffering. Mẫn patiently played the supporting role and was determined to wait.

A rare opportunity presented itself to Mẫn: Hùynh received a scholarship to study abroad. On the day Hùynh left, Mỵ cried her eyes out while Mẫn secretly rejoiced. Mẫn pretended to shake Hùynh's hand with a look of sadness, but all he wanted to do was shout and tell Hùynh to get out of his sight so he could be closer to Mỵ sooner. "That guy looks handsome and intelligent, but he's so stupid," Mẫn thought to himself as Hùynh held his hand and earnestly asked him to take care of Mỵ during his four years of studying abroad.

Since Hùynh left, Mẫn has been visiting Mỵ more often, firstly to fulfill Hùynh's request and secondly to comfort Mỵ during her time of sadness. Mẫn and Mỵ began to feel a need for each other, to miss each other. On evenings when he didn't visit Mỵ, Mẫn felt restless and couldn't do anything. Mỵ felt the same way: after a few evenings without Mẫn's visit, she would complain of sadness and reproach him.

Mẫn and Mỵ occasionally went out to eat or to the movies. But in all those encounters, Mẫn remained completely innocent towards her. It wasn't that Mẫn wanted it that way, but the truth was, he was a coward, afraid of being rejected and humiliated.

My̧ began to pay more attention to Mẫn. Sometimes she would compliment Mẫn on his good looks. Sometimes she would praise the well-made clothes he wore, and she would mention Hùynh's fashion sense, Hùynh's way of speaking, Hùynh's habits, and Hùynh's sentimental love poems.

To please My̧, Mẫn tried to change everything about himself, from his clothing, gestures, language, demeanor, hairstyle, and glasses, to his car, his style of poetry, and even the content of his poems. In a short time, Mẫn had completely transformed. He had become exactly like Hùynh.

One very early morning, Mẫn went to My̧'s house. She was still asleep, but because the family was so familiar with Mẫn, they let him enter her room freely. My̧ was sleeping without a blanket, her thin nightgown barely concealing her curves. Her full lips were slightly parted, as if waiting for a kiss. Mẫn stood and watched her sleep for a long time, finally placing his hand gently on her slender shoulder and softly shaking her to dispel the dark thoughts swirling in his mind.

My̧ opened her eyes and exclaimed in surprise, "Anh Hùynh!" My̧'s face was radiant. Then she pulled Mẫn's hand, wrapped her arms around his neck, and quickly kissed him passionately on the lips. Mẫn felt as if the world had just collapsed. All his fear and hesitation vanished. He embraced My̧... My̧'s lips were wet, soft, sweet, and cool like a piece of jelly. Her arms, like a snake, wrapped tightly around Mẫn's neck. My̧'s body, in her thin nightgown, was nestled in Mẫn's frantic embrace. All the unspoken love, all the hidden desires, burst forth like an overinflated balloon. How could anyone describe Mẫn's passionate emotions at that moment! How could Mẫn separate himself from his own being to observe his actions? Therefore, Mẫn couldn't remember what he did or what happened...

So, it turned out that Mỵ mistook Mẫn for Hùynh, pretending not to know Mẫn's true identity. This made Mẫn slightly dissatisfied for a few seconds during their intimate encounter, but later, overwhelmed by emotion, Mẫn didn't care anymore. As long as Mẫn could be close to her, or more precisely, could possess her beautiful body for a few minutes, it didn't matter who she imagined Mẫn to be. Mẫn tried his best, and happily fulfilled the role of Hùynh, the ideal lover.

After a few moments of emotional turmoil, Mẫn and Mỵ separated. A hint of shyness appeared in Mỵ's eyes and on her face. The girl smiled faintly:

"You look so handsome this morning, you look exactly like Hùynh, not a bit different. At first, I thought Hùynh had come to see me like he used to on those mornings in the past."

"Oh, do I look like Hùynh? Am I as handsome as Hùynh? Hùynh has always been my idol, and now I'm on par with him?" Mẫn was overjoyed, speechless. Out of habit, Mẫn kissed Mỵ on the lips. Mỵ responded, without the slightest resistance. Mẫn felt a surge of pride. Now that Mỵ knew who Mẫn truly was, and still accepted him, it meant Mẫn truly existed in her life. Mẫn wanted to be Mỵ's real lover. He was tired of playing a supporting role. He had to be the leading man. Mẫn felt no fear anymore. He felt like he was gradually taking control. "I want to be Mỵ's real lover, not hiding in Hùynh's shadow, that ghostly figure that has haunted Mỵ for so long."

Mẫn was filled with hope. He acted like a man truly in love. He cast aside his feelings of inferiority due to his perceived ugliness, poverty, and inadequacy. He managed to scrape together some money to take Mỵ out, to places where Hùynh had previously taken her. Mẫn's life completely transformed.

Before meeting My̨, Mẫn was a complete simpleton, diligent and hardworking, a good son at home, and a diligent student at school. Now, everything was different. Now, Mẫn was a reckless pleasure-seeker, and in the eyes of his family, he was a delinquent. No one had any sympathy for Mẫn anymore, not even his younger siblings, because he borrowed all their money and never repaid them. But what else could he do? He had to be with Mỵ, he had to take Mỵ out so she wouldn't be sad. Mỵ was very sad, terribly sad, because Hùynh had stopped writing to her, and an acquaintance of Mỵ's, who was studying at the same school as Hùynh in America, had written to Mỵ, informing her that Hùynh was infatuated with and pursuing a girl in his class, the daughter of an American billionaire.

On some sad nights, Mỵ would go to Mẫn's house and make him drive around aimlessly all night. On other nights, Mẫn and Mỵ would sit until two or three in the morning on the sidewalk, watching the deserted streets and the stray dogs running around. There were afternoons when Mẫn would skip school and go with Mỵ to some air-conditioned movie theater, watching several showings until the afternoon was over. And there were mornings when Mẫn would pick Mỵ up at the school gate and drive to Thủ Đức, Biên Hòa, or stop at a shady spot or a roadside cafe to sit and talk at length with each other.

During that time, Mẫn wrote several love poems that were published in the newspaper, in the "Young Poets" section. Mẫn thought he was a poet now and stopped studying. As a result, he failed the high school graduation exam on his first attempt. Of course, Mẫn was very sad. He felt his pride was deeply wounded. What could be more humiliating than a poet failing the high school exam? So, without any fanfare, Mẫn left the city, abandoning the places full of love and memories, and hid away in a house in the suburbs, studying day and night for three months during the summer to prepare for the exam a second time.

Mẫn passed the second exam, in the Literature department, with a good grade. With his thin, emaciated body, after days and nights of intense studying, and wearing clothes that no longer fit him properly, Mẫn went to Mỵ's house, first to announce his exam success, and then to invite Mỵ out. "***Poor Mỵ, Hùynh has left her, and I haven't visited her for a whole month. She must miss me, she must be so lonely?***"

As usual, Mẫn went upstairs and entered Mỵ's room. Mỵ's room was deserted, only her belongings and clothes lay silently before Mẫn's eyes. Looking at the pretty bed, covered with a floral sheet, where Mỵ's fragrant body had once rested, Mẫn felt a pang of longing and bewilderment. Memories of their days of love were still there, present in this small, cozy room. Mẫn left the room full of memories with a profound sadness. Without bothering to ask the maid where Mỵ had gone, Mẫn called a taxi to the city center.

As the car drove past Lê Lợi Street, Mẫn saw Mỵ and a man who looked exactly like him, strolling along like a pair of young lovers. That was the image of Hùynh and Mỵ from the past, the image of Mỵ and Mẫn from the past few months. The young man resembled Hùynh and Mẫn in his build, hair, face, even his white glasses, clothes, and shoes.

Mỵ had created a third Hùynh to replace the first Hùynh, the second Hùynh (who was Mẫn). Mẫn no longer had any reason to play the role of a shadow in Mỵ's love life. Mẫn had become superfluous. Mẫn smiled bitterly and thought that it was time for his role as a supporting actor to end here.

Mẫn didn't understand when the third Hùynh would be discarded, and in the future, he wondered how many more Hùynhs there would be. Mẫn didn't hate My̆, nor was he angry with her, because he knew she did it only because she loved Hùynh so much. No one could replace the image of My̆'s first lover. A girl in love can do many outrageous things; changing someone's personality is nothing to be criticized for!

"***Anyway, I can't be Hùynh, because besides the moments when I'm Hùynh, I also have to be myself. According to Jean-Paul Sartre's existentialist theory, I exist, and I must return to my true self, my ego. I'm giving back that supporting role to you so you can give it to other men.***"

Mẫn was completely separated from My̆. Many springs had passed, and Mẫn had received no news of My̆. However, every time spring arrived, Mẫn remembered her, even though he had only been loved by her for less than one spring. Mẫn still believed that even being loved for only one spring, and even through the image of another person, to have this ordinary, unattractive body be close to the form of a celestial being for an entire spring was enough to bring him immense satisfaction.

NGUYỄN ĐỨC NAM

THE WHITE SQUIRREL IN THE GREEN MEADOW GOFT COURSE

Short story

(Dedicated to Julie, Hye-Soo, Haeseon, and all the golfers)

1

The sun was setting in the west. Sunset was slowly falling over Green Meadow Golf Course. Andy had just finished the first nine holes and was preparing to drive his golf cart to the tenth hole when a girl emerged from the clubhouse, pushing a golf bag, and hurried towards where Andy had parked his car. She was very young, wearing a white golf outfit: a short white skirt that reached above her knees and a short-sleeved, low-cut polo shirt. Andy guessed she was in her early twenties and Korean.

She bowed to Andy and said in fluent English:

"Can I join you? I didn't have tee time, just walked in, and the Proshop manager told me to join you because you play alone..."

Her sweet voice and innocent demeanor made it impossible for Andy to refuse, and playing golf alone in the evening would be quite lonely.

Andy quickly said:

“Please share the golf cart with me, so you don’t have to walk. We need to drive so we can finish before sunset...”

The Korean girl shook Andy’s hand:

“My name is Judy Hwang...”

“Andy Tran...”

As soon as she finished speaking, Andy quickly tied Judy’s golf bag to his golf cart and drove to the tee box to tee off.

Judy’s swing was beautiful, and the ball went very far, very straight, landing right in the middle of the fairway. Watching Judy’s graceful serve and her elegant figure, Andy couldn’t help but have passionate thoughts...

While driving on the course, sometimes the course wasn’t smooth, sloping back and forth, pushing the girl’s round, warm body against Andy. Andy kept saying “sorry,” but he really wanted those touches to happen again...

The afternoon breeze carried Judy’s powdery scent past Andy’s nose, making him feel like he was in the grapefruit and orange groves at Tustin Ranch...

But then the nine holes of the back course – back 9 – passed by with regret. Judy and Andy both sighed:

-Oh, it went by so fast!

But the sun had set behind Big Bear mountain range, and

the streetlights were on. Andy wasn't hungry, but he wanted to invite Judy to dinner, so he pretended to be hungry.

Judy laughed:

"Judy is hungry too, but I have to go back to the hotel to have dinner with the flight crew because I have to fly to Malaysia early tomorrow morning."

Ah, so Judy is a flight attendant for Korean Airline, with a flight route from Seoul to Los Angeles and then from Los Angeles to Malaysia...

Andy suggested:

"OK, Judy, do you like pho? I'll take Judy to eat one-of-a-kind pho and then take Judy back to the hotel early to meet with the flight crew..."

Judy exclaimed excitedly:

"Wow, Pho? I like Pho! Let's go!"

So Andy took Judy to a newly opened Pho restaurant on Edinger Road, near Highway 405, about a 15-minute drive from the golf course.

While eating, Judy told Andy that besides her job as a flight attendant, she was also a golf coach in Seoul.

Judy usually flew from Seoul to Los Angeles once a month. Arriving in Los Angeles in the afternoon, Judy often looked for a local golf course to play 9 holes as a form of exercise, and coincidentally met Andy that afternoon. Andy also told

Judy that he was a golfer and was practicing for the US Open in a few months. Andy's main job was as an accountant, but he was very passionate about golf, so he went to the course every afternoon to practice. He happened to meet Judy that afternoon.

When they parted ways at the Hilton Oceanfront, Judy held Andy's hand and said:

"Please keep my golf club set for me so I don't have to bring it next time I come over. If I have the chance to go to Korea, to Seoul, Judy will take care of you from A to Z..."

Andy hugged and kissed Judy lightly on the cheek, then stood there staring blankly at her disappearing figure in the hotel lobby, feeling strangely empty and wistful...

2

World News: Boeing 747 Crashes.

VNNews. *Just 12 minutes after takeoff, an explosion rang out from the rear of the aircraft. The entire control system was destroyed. The Korean Air 747 plunged into a death vortex, rising and then plummeting like a kite with a broken string. Emergency code Squawk 7700 was issued, signaling disaster.*

The pilot's voice: "Emergency, Korean Airline 123... requesting to return to Kuala Lumpur..."

In the cockpit, the flight crew fought desperately. They had held out for 30 minutes in the sky, trying to control a non-operational aircraft. In the passenger cabin, prayers sounded, mingled with cries...

Perhaps this was the worst aviation disaster in the history of Korean aviation: 269 passengers and 10 crew members were missing...

(AN Saigon)

3

As usual, after work, Andy stopped by Green Meadow Golf Course for a few hours to exercise. It was late afternoon. The sunset on the golf course was lovely. The course was quiet because the "Foursome" group had finally left the parking lot and gone to the restaurant.

Andy felt like he owned the golf course and smiled, thinking to himself, "If I win the lottery, I'll buy this course for my friends to play for free."

While Andy was imagining himself as the owner of the golf course, a white squirrel nimbly ran out from behind a purple flamboyant tree to Andy's golf cart. This white squirrel was very beautiful, and Andy had never seen one on this golf course before. Thinking the squirrel was hungry and asking for food. Andy had a bag of potato chips in his golf bag, so he opened it and tossed them to the squirrel. But the squirrel didn't eat the chips that fell to the ground; instead, it leaped onto the golf cart, sat next to Andy, and used its paws to grab more chips from the bag and happily ate them. However, this squirrel wasn't as bold as the squirrels at Mile Square: they would jump onto the golfers' carts, grab bread, candy, and other snacks, then run up to the top of the hill to enjoy them together, eating and watching the golfers laugh... After finishing the bag of potato chips, White Squirrel didn't jump back to the Purple Flame Tree but sat firmly on the golf cart next to Andy. Andy was slightly surprised by the friendliness, but calmly continued hitting his tee shots from the 10th hole (back nine).

By the time Andy reached the 15th hole, a par 5, nearly 500 yards, it was dark, and only the ball could be faintly seen flying in the twilight. The streetlights outside the golf course were on, but the course itself was completely dark. Andy hit a ball quite far, and it seemed to have strayed into a patch of wildflowers. It was a new Titleist ball, a beautiful light blue-green one that Mike had given Andy in a box for his birthday. "I can't lose that ball!" Andy climbed into the wildflowers, grabbed his iron club, parted the flowers, and searched for the ball.

Luckily, thanks to the light from his Apple iPhone 16, Andy spotted the Titleist golf ball hidden in the bushes. Although the ball was only worth a few cents, Andy felt happy to find it, whistling as he stepped out of the wildflowers.

But as he neared the golf cart, Andy jumped, stopping whistling immediately because... Judy was already there, sitting in the same spot where the little squirrel had been a few minutes earlier.

Judy was wearing a very neat and elegant Korean airline flight attendant uniform. Her face was angelic, but she looked a little tired. Andy guessed what had happened to Judy, but pretended not to know, and didn't care anyway; as long as Judy was there, that was enough, that was good, that was fun.

Andy said warmly:

"Judy, just arrived?" Are you hungry? Let's go eat."

Judy nodded:

"I'm so hungry! I finished your bag of potato chips, you see? I haven't had rice for two days..."

Andy knew the plane crash had happened two days ago, but he didn't ask anything, just happily said:

"Oh, today I'll take Judy out for a meal with sour soup and braised fish, it'll be amazing..."

It only took 15 minutes to get from Green Meadows Golf Course to Mirada restaurant on Edinger Road. This was a Thai restaurant that had been bought by a young Vietnamese couple but still kept its old name. Mirada had authentic Vietnamese dishes at reasonable prices, so it was quite crowded. When Judy and Andy arrived, the restaurant was already quite busy, but there was still a table in the corner for the two of them. The diners all noticed Judy's Korean airline uniform and her beautiful face. Andy realized this and felt an indescribable sense of pride.

After dinner, instead of returning to the Hilton, Judy whispered to Andy:

"The Korean airline no longer has a contract with the Hilton, could you let me stay for a while?"

Andy was delighted:

"Of course! My condo has two rooms, I'll reserve one for Judy, she can stay as long as she wants."

Judy's voice sounded sad:

"I can only stay in America for a maximum of 49 days! I'll stay with you, practice golf with you until the day you compete in the US Open, then I'll go back to Korea."

Andy exclaimed:

"Perfect! The US Open is only a month away, at Torrey Pines, San Diego; I'll bring Judy down to San Diego for a few weeks!"

"It looks like a perfect plan!"

4

Andy took a month off without pay to practice golf with Judy. Since Judy moved in, Andy has been much happier and looks much younger and more handsome. Friends jokingly say that it's thanks to the "love potion" that people look younger. However, in reality, although Judy and Andy live together, they still sleep in separate rooms. Judy is afraid Andy will be sad, so she often advises him:

"Practicing golf requires maintaining good health to compete. In a tournament, there are many skilled and young professional golfers; you have to try very hard to win. This time, the first prize is 3 million, the second prize is 2.5 million, and the third prize is 2.2 million. Winning even a third prize would be enough to buy a luxury condo in Irvine, so you wouldn't have to rent anymore..."

Andy thought Judy had a point, so even though he loved Judy very much, Andy still... restrained himself.

Every day, Andy went to the Driving Range and Putting Range to practice with Judy, and then went to several public golf courses to play 18 holes, sometimes 27 holes. It was tiring but very fun.

In almost a month of practice, Andy made remarkable progress: Andy had beaten almost all the top players in Orange County. The likes of Hào-đàn, Miên-cháy, Thạch-Nhè, Bop Vu MD, Tùng-Răng, Hiệp-Alain, Hoàng-Police, Mỹ-Còm... all praised Andy's excellent play...

******

Then the four days of the US Golf Tournament at Torrey Pines arrived. All the top golfers in the United States came here to compete. International masters also didn't miss this exciting competition with unexpected prize money.

On the first day, still a bit nervous, Andy scored 75 points while Scottie Scheffer, Roy McIlroy, Tommy Fleetwood, Rick Fowler, and Justin Thomas scored 72 points.

On the second day, Andy played better, scoring 73 points. On the third day, Andy scored 72 points. On the fourth day, Andy scored 4 Birdies and 5 Pars.

Andy played brilliantly, but only he knew the full story: 4 birdies (one point deducted for each hole) and 5 pars (a tie for each hole).

On the final day of the US Open golf tournament, the weather was overcast with light drizzle, seemingly from the moisture rising from the Pacific Ocean. Many players were unaccustomed to the damp and gloomy atmosphere.

Spectators, organizers, and supervisors, in particular, couldn't clearly see the general scene around the flags on the green.

To help and repay Andy for sheltering her for over a month, Judy transformed into a cute White Squirrel. No one saw the White Squirrel lurking in the tall grass and yellow bushes around the Green. As soon as Andy's ball flew through the hazy air and landed around the Green, the White Squirrel swiftly snatched Andy's ball and put it in the hole under the flag. That was a Birdie or Par for Andy. Thanks to this, on the final day, Andy got 4 Birdies, 5 Pars, and 68 points. His final total was 72 points, placing him fourth and earning him US$2 million.

5

This afternoon, Andy stopped by Green Meadow Golf Course intending to play 9 holes with Judy, but at hole number 10, by the Jacaranda tree, Judy wasn't there. He only saw a bouquet of flowers and some half-burned incense sticks left by the tree. Next to the flowers was a letter, addressed to Andy.

Spring Valley, March... 20...

Dear Andy

I'm sure you know I was a flight attendant on a Korean Airlines 747 that crashed off the coast of Malaysia, and all the passengers and crew perished.

As you know, according to Buddhism, after 49 days, the soul will be liberated. My soul and body have come here to live happily with you, someone I had a connection with in a previous life.

Unfortunately, my soul must return to Korea to be liberated and reincarnated into another life.

I wish you happiness and success in golf.

I love you forever.

See you in the next life.

Your lover: Judy Hwang

Author's note:

From that day on, every time Andy encountered a Korean girl on the golf course, he would mistake her for Judy and become so distracted that he couldn't concentrate on the game anymore - poor thing!

THOSE WHOSE EMBRACE HARD WORK

To dedicate to those who love journalism and in memory of Nguyễn Nhất Hoàng, Đoàn Văn Kiệu, and Bùi Nhật Huy.

About twenty years ago, a group of friends including Linh, Bùi, Nhật, Tường, Đoàn, and Vĩnh dreamed of starting a bilingual newspaper. The newspaper had two sections: the Vietnamese section, which came first, was handled by well-known writers and journalists, and the English section was handled by a translation team consisting of English professors, with the advice of an American journalist. Because printing technology and computer systems at that time were still rudimentary, simple, and slow, all articles had to be typed and punctuated manually.

Despite being busy with her two young daughters, Ms. Vĩnh volunteered to do the typing. Nguyên, a once-renowned journalist in Saigon, was entrusted with proofreading and correcting typographical errors because, being from North Vietnam, he was very familiar with the correct usage of diacritical marks. Bùi, a lawyer with many connections, was tasked with securing advertising. Nhật, the youngest in the group, a student studying engineering at the University of Maryland, handled miscellaneous tasks such as distributing newspapers and mailing them, and also managed the science and technology section and conducted research.

Linh, a former English professor, in addition to translation work, also acted as a "consultant" for the English language section because Nguyên only had a basic understanding of English and wasn't proficient enough to determine whether an English sentence was grammatically correct or incorrect. Tường, a former literature professor, was asked to be the editor, working alongside Đòan, a former high-ranking officer, to select articles. Vĩnh, a poet, naturally took charge of the poetry section and was also entrusted with the role of Head of the Executive Board. Regardless of their specific tasks or positions, everyone contributed equally: each person invested one thousand US dollars. Nguyên was elected treasurer, responsible for keeping track of income and expenses, filing taxes, and signing checks along with the Head of the Executive Board...

The newspaper, after only a few issues, received many letters of praise, especially from parents with school-aged children, who were delighted to see the English section featuring articles about Vietnamese history. These parents felt that children growing up in the US, when wanting to study Vietnamese history, would certainly face difficulties understanding the Vietnamese language. Therefore, translating Vietnamese history into English for these children was considered very helpful. While sales at Asian grocery stores weren't high, the number of long-term subscribers steadily increased. Especially encouraging were the orders from state libraries and even the largest library in the US, the Library of Congress, which placed long-term subscriptions and paid a year in advance, making the staff incredibly happy.

After working long hours to earn a living and studying diligently in the hope of obtaining a few university degrees to secure a relatively stable job, Nguyên and his friends would often go to Vĩnh's house in Germantown to read their assignments, correct typos, design and lay out the newspaper, discuss various topics, and listen to Văn's financial reports.

Ms. Vĩnh was the busiest person, because in addition to correcting errors in the text, she also had to prepare dinner for her husband's six or seven friends. Nguyên especially loved Ms. Vĩnh's stir-fried beef and vegetables. Dinner usually consisted of only a few simple dishes, but Nguyên found them incredibly delicious, tastier than all the expensive dishes at the luxurious hotel where he worked as the Head of Accounting. The second busiest person was Mr. Đoàn, who was almost sixty years old but still had to drive from Philadelphia to attend meetings regularly, sometimes until morning. The third busiest person was Nhật. After exhausting hours of studying for exams, Nhật had to deliver newspapers to all the Asian supermarkets, restaurants, and bookstores. Nhật could endure the hard work. But it was Nhật who had to listen to criticisms like: "Oh my god, this newspaper is so thin, who would buy it for 2 dollars!", "The English is written so badly, full of mistakes, and yet they still publish it...", "There's a whole pile of newspapers left, and they don't even bother to take them back...". These comments made Nhật feel tired, discouraged, and deeply saddened. These words made a young man full of energy, with a pure soul and lofty ideals such as serving the community and developing national culture, suddenly feel worn down, depressed, and exhausted.

The fourth person struggling was Bùi. A newly established lawyer, Bùi constantly had to leave his office to collect advertising fees. When he initially approached clients about advertising, they all agreed, but when it came time to collect payment, they would complain and haggle. Many women even loudly protested the price and demanded a discount. The fifth person struggling was Linh. Linh was an English professor in Saigon, but her articles were constantly being heavily edited by American journalists. The American journalists told Linh: "You don't write in American English. You write in Vietnamese and then translate it into English; it doesn't have any American flavor at all. Besides, the English you write, the kind of language you learned in Anglais Vivant, is no longer current. Translating like that, as the old folks say, is a terrible translation, do you understand?" The sixth person struggling was, of course, Vĩnh. As the Head of the Editorial Board, Vĩnh oversaw everything from the content to the layout of the newspaper. Vĩnh worked for Fairchild Corporation, and his job there was incredibly busy. At that time, the company was losing many contracts and suffering heavy losses, leading to layoffs. Vĩnh had to do the work of three or four people. When he got home, Vĩnh had to look after his two young daughters, help his wife with cooking, and then work on the newspaper until late into the night.

The seventh person who had a hard time was Tường. Tường was the second oldest after Mr. Đoàn. This means he was nearly fifty years old when he married a young woman. Tường's wife was very young, at least twenty years younger than him. Young wives tend to be demanding, yet Tường, after work at the printing press, kept going to Vĩnh's house, which made his wife very angry. Making your wife angry is a serious matter. So Tường's wife pretended to forget to take the "morning-after pill" that Tường had smuggled in from the West. As a result, she became pregnant, and Tường and his wife had a beautiful baby girl. This made Tường even busier, having to choose between two things: taking care of his child or his intellectual pursuits?

The one who ended up doing all the hard work was Nguyên. After Bùi failed to collect advertising money, he dumped the task on Nguyên. After a while of getting tired of writing in English (because he had to look up words in the dictionary so many times), Linh refused to write anymore and told Nguyên to find someone else to replace him. After a period of working, studying, and doing journalism simultaneously, Nhật became seriously ill. The others suggested that Nguyên take over the job of selling newspapers, sending them to other states, and collecting unsold copies.

Ms. Vĩnh found a job at a daycare center near her home, with good pay, and she could even bring her two beloved daughters to work with her. The typing of articles and documents was then assigned to Nguyên. From childhood to adulthood, Nguyên had never learned to type. At the office, there were always beautiful secretaries typing documents for him. Now Nguyên had to type using the "hunt and peck" method, his two index fingers aching as if he had rheumatism.

Đoàn stopped driving from Philadelphia to the capital for meetings so frequently. The task of selecting and proofreading articles now fell to Nguyên. The printing press in Maryland suddenly raised its prices. Vĩnh told Nguyên to have the printing done in Virginia because Nguyên lived in Virginia, making the printing and transportation easier. So Nguyên practically "carried" the entire newspaper. Nguyên's arms were small, but the newspaper was as big as a tree trunk; he tried to embrace it, but it was impossible.

He thought making a newspaper would be easy, but who knew it would be so hard! So why do people still like working in journalism? Doesn't that mean journalists are people who enjoy hardship?

Every time the newspaper was published, it was a struggle. If we didn't have the money to pay the printing press, the

American printing company, unlike the more understanding Vietnamese printing press owners of today, wouldn't let us take the newspapers, not even a small number to give to our advertising clients. And without the complimentary copies, how could we demand payment?

There was one restaurant owner who, every time he saw me, would pretend to be busy, claiming he didn't have time to sign the check and would tell me to come back the next day. The next day I would go, and he would still be just as busy. Waiting and waiting to collect a few dozen dollars, I felt like I was wasting my time and it was humiliating. As an Executive member of a large hotel with nearly 900 rooms, I had signed checks for over a million dollars. My time was very precious, yet I had to wait hour after hour to receive a few dozen dollars for the newspaper, for a cultural project, for a media outlet serving the community. I felt incredibly sad and discouraged!!!

Once, I brought complimentary copies of the newspaper to Dr. ABC's office and encountered a cleaning lady who worked at the hotel where I was the manager. Because I was dressed very casually and wearing a baseball cap, she didn't recognize me. She beckoned me with her finger and asked, tilting her head:

- What kind of newspaper is that? Is it a harmful newspaper? How much is it per issue?

I politely replied:

- Ma'am, it's the Vietnam Times newspaper. It sells for $2 a copy. Please buy a copy to support us!

The woman shrieked:

- What kind of newspaper is so expensive? Vietnamese newspapers are scattered all over the market, nobody even bothers to pick them up, and you're asking for $2? Who would buy that!

***

The newspaper lasted for 10 issues (10 months) before we ran out of money. The initial capital was $7,000, contributed by 7 people, used to buy typewriters, office supplies, stamps, and to pay for printing 7 issues. Advertising revenue only covered the cost of 3 issues. All contributors had to use their own money to cover miscellaneous expenses and fuel costs. Many advertisements were placed, but little revenue was collected. Those who promised the most help were the ones who defaulted the most. Could this be the reason why journalist Lê Thiệp stopped working in journalism and opened a Phở (Vietnamese noodles) restaurant at number 75, because no one defaults on paying for Phở???...

Nguyễn Đức Nam
(To remember the time published Vietnam Times)

SHORT STORIES

■ 1. THE VOICE OF YESTERYEAR

I did not recognize her, that artist with the warm, velvety voice. Standing on the raised platform, clad entirely in black, she stood out vividly against the blinding glare of a lecture hall at the George Mason University School of Law. (Many artists have dreaded that harsh, brazen light, the kind of light associated with classrooms, with hours of lectures, and with the long, tedious, and mediocre speeches of those who mistakenly believe that speaking at great length is the mark of true brilliance or talent.)

Suddenly, a fleeting memory of that voice surfaced, a voice perhaps buried deep in my subconscious, or perhaps lingering from a dream. Her face bore the familiar contours of those carefree, innocent, joyful, and radiant days in Da Lat, a city I had come to love, and one I would cherish in my memory for the rest of my life.

In those years, Da Lat was a place where Khanh Ly sang in the nightclubs; where Hoang Anh Tuan served as Director of the Radio Station; where Tran Dai taught as a professor at the University of Da Lat; where Nguyen Thanh Trang instructed on culture at the National Military Academy; where Vi Khue served as principal of a private high school; where Tran Van Le and Ha Mai Phuong taught alongside me at Quang Trung High School, under the leadership of Principal Nguyen Van Thanh (affectionately nicknamed "Thanh-Bap-Xu"); where Hoang Nguyen, composer of "Ai Len Xu Hoa Dao" (Who Goes to the Land of Peach Blossoms), resided; where Ngo Tang Giao practiced law, the "counselor" who drove a Traction Avant with NT license plates, cruising up and down the Hoa Binh district; and where Pham Thanh Thu served as a councilor on the City Council. I was a junior officer, a lieutenant, and quite poor, so I had to take on private tutoring to earn some extra cash for my daily coffee and socializing.

Principal Nguyen Van Thanh, having read my writing in various newspapers before I enlisted, invited me to serve as the Vietnamese Literature teacher for the "Đệ Nhị" class (the equivalent of the eleventh grade). The students in this class were typically sixteen or seventeen years old. Among them were young schoolgirls just entering womanhood, possessing a beauty that was at once truly innocent and deeply alluring, who often left their young teacher utterly spellbound. The military had assigned me a small room in a villa on Pasteur Street; however, the building was destroyed by enemy fire during the early days of the 1968 Tet Offensive, forcing me to take up temporary residence on the ground floor of the home belonging to Mr. Nguyen Xuan Mong, the Chief of the Public Works District.

As the year drew to a close, she and her younger sister would often arrive by car at the Chief of Public Works' residence to drop off a small assortment of candied fruits, roasted melon seeds, and "bánh chưng" (traditional Tet rice cakes) for me. Typically, the Chief's wife would wait for my return, greeting me in the garage to hand over these Tet gifts with a smile and a twinkle in her eye that was utterly mischievous:

"Lieutenant, you truly are a lucky man! To have two young ladies, the daughters of the Chief of the Treasury, no less, come all this way to present you with gifts like this... well, what could be better?"

Indeed, I knew I was fortunate, for, in truth, both she and her sister regarded me simply as an older brother. I knew that she already had a suitor, an Air Force pilot who, whenever he visited Da Lat, would spend his days pining away outside the Treasury Office. I also knew that her younger sister had completely captivated a friend of mine, a fellow artist and writer. On several occasions, I had to ask her parents for permission to take her sister out for an outing, only to escort her afterward to the Thuy Ta lakeside pavilion so that my friend could meet with her. I knew my role was merely that of a brother, a friend. Perhaps, just perhaps, it was precisely for this reason that our bond endured so steadfastly, remaining beautiful forever?

Back then, she loved to sing; she would often perform at the cultural and artistic gatherings at Bùi Thị Xuân. I never imagined that, even today, she would still possess that magnificent voice. That voice stirred my heart and filled me with emotion, transporting me back to those joyful days, to a realm of memories populated by Huyền Châu, Huyền Anh, Ngọc Châu, Hòa, Dung, Hiền, Đào, Yvonne, Nicole, and Quang Thụy; by our young classmates from the School of Politics and Business; and by Phạm Ngọc Cung, with his soul-piercing clarinet and the spirited rhythms of his piano, sounds that filled those evening gatherings which, at the time, seemed as if they would never end.

From the high stage, Tạ Mạnh Chuyền had just announced her name. She, now known as the vocalist Hồng Châu, was performing Schubert's "Sérénade", a piece that had entranced my soul since long ago: back in the days when I was a student at the Faculty of Letters, when night after night I would accompany Lê Nguyên Hải to the "Tự Do" nightclub to hear Lệ Thu sing that very song, only to return home and remain utterly spellbound throughout the long night.

"A sorrowful twilight gently descends upon life; a lover seeks out their beloved, trembling softly amidst the fading light... This evening, lips brush tenderly against sorrow-laden lashes, lulling the soul through realms of pain..."

■ 2. SUỐI TÓC (STREAM OF HAIR)

Not long ago, one afternoon at the home of composer Nguyen Tuc, I met composer Van Phung. It seemed that day was a Thursday, the day when three senior composers, Nguyen Tuc, Nhat Bang, and Van Phung, would gather to chat, enjoy "pho" (cooked by Nguyen Tuc himself), and spend the time playing music and singing for fun. I was in need of an upbeat song for a choral performance in an end-of-year cultural program, so I had come there to transcribe a piece; Nguyen Tuc possessed an entire music library, one that likely lacked nothing. The song I sought was "Xuan Mien Nam" (Spring in the South) by Van Phung. Seizing the opportunity of Van Phung's presence, Nguyen Tuc gave me a wink and suggested I ask Van Phung to compose a harmony line for a third vocal part. Nguyen Tuc then proceeded to give me a little "plug":

- Aside from his singing talents, Nam actually writes music as well!

Van Phung joked in response:

- You're a hotel manager, a writer, "and" a singer, and now you're composing music to compete with the likes of us? We'll all starve!

While exchanging these pleasantries, Van Phung picked up a pen and wrote out the harmony for the third vocal part; it took him only a moment, effortless, as if he were merely playing.

The second time I met Van Phung was at the home of Huynh Thai Binh. At the request of most of the guests, Van Phung sat at the piano and began to play, filling the air with melodious notes. Also at the urging of several friends, I was obliged to perform a song. Back in my school days, I rarely bothered to memorize my lessons; consequently, I couldn't think of a single song I actually knew well enough to sing. Fortunately, Musician Van Phung happened to be there; I immediately recalled his song "Tiếng Dương Cầm" (The Sound of the Piano) and asked him jokingly:

- "Do you remember the song 'Tiếng Dương Cầm'?"

Musician Van Phung feigned ignorance:

- "Whose damn song is that, anyway? I probably don't remember it, but go ahead and give it a try; just don't you guys laugh if I mess up!"

Before he had even finished speaking, Musician Van Phung's ten fingers were already gliding across the ivory keys. I sang with total absorption. My friends later told me that I was "inspired" that day, that I had never sung so well before. Some even remarked on my audacity: daring to sing a Van Phung original while having Van Phung himself provide the accompaniment! If I hit a wrong note, the musician would know instantly; there was simply no way to bluff my way through it. When I finished singing, Musician Van Phung asked me how old I was. Upon learning my age, he nodded approvingly:

- "To be over fifty, a 'geezer,' as they say, and still be able to sing this piece without having to change the key... you're still in top form!"

I have cherished those words ever since; whenever I face a disappointment, I use them to console myself: "To be over fifty and still be able to do this much, that's good enough." It has been a long time since I last saw Musician Van Phung, though I had heard that he was gravely ill. Whenever I ran into Musician Nguyen Tuc or Musician Nhat Bang, I would always ask for updates on his health. But last night, journalist Pham Tran called to deliver the sorrowful news: Musician Van Phung had passed away. The funeral rites were scheduled to take place the following day at the Domaine Funeral Home.

On December 19, 1999, around three o'clock in the afternoon, I arrived at the Domaine Funeral Home. The sky that day was a somber gray, and the air was crisp and chilly. Singer Châu Hà stood there, beside large display boards adorned with photographs of Văn Phụng, images capturing his artistic journey from his youth right up to his final days. Friends embraced her, weeping alongside her. I followed Phạm-Trần, Lê Thiệp, Ngọc Dũng, and Trần Kính into the inner chamber. There lay the composer Văn Phụng, his face serene, appearing as if he were merely taking an afternoon nap.

Then, the funeral service commenced with an introduction by the poet Hoàng Song Liêm. Pastor Lê Ngọc Cẩn spoke of life and of the return to God. The veteran composer Nguyễn Túc spoke with deep emotion, mourning the loss of his friend. Singer Anh Ngọc bade a poignant farewell to a companion of fifty years. He remarked that Văn Phụng had gone to seek out Mai Thảo. He was right. Figures such as Văn Phụng, Nguyên Sa, Mai Thảo, and Lê Đình Điểu are souls who never truly die. They go to find one another, to continue their artistic endeavors in some peaceful realm, sheltered by the grace of God, the Buddha, or the Divine, where they need no longer worry about making a living, nor face the petty frailties of human nature.

Writer Hà Bỉnh Trung, representing the community of artists from the Capital, offered his condolences to the family of composer Văn Phụng through these verses:

"You depart, leaving behind for this world
Melodies of love, poignant and deep;
You depart, and "Suối Tóc" fades away;
All that remains are the sorrowful clouds of late autumn..."

Tears flowed freely as the composer's youngest daughter spoke of her father:

- "Dad's friends called him a Composer, a Band Leader, a Genius... but to us, he was always, simply, a perfect Father. He always loved us, and he forgave us whenever we erred. He loved all his children, us siblings, equally..."

After Mrs. Van Phung, the singer Chau Ha, expressed her gratitude to their friends and loved ones, from somewhere in the distance, the elegant piano melodies of Van Phung and the soulful voice of Chau Ha rang out:

"Searching for the swaying, verdant willows... Or seeking the cascade of hair upon a shoulder...
Please know this, my love, that our affection resides... within the poetry, the melody, and the dreamlike flow of hair..."

Tears continued to fall, keeping pace with the music and the singing. They were tears for friendship; tears for the human bond. They were tears of sorrow for a beautiful romance now passed, yet, perhaps, they were also tears for "us"; for from this day forward, we shall no longer have the privilege of hearing the magnificent new compositions of a genius named Van Phung.

Nguyen Duc Nam
(Fountain Valley in Autumn, remembering Autumn in Virginia)

■ 3. MY SISTER

Dedicated to my nieces and nephews: *Đức & Hạnh, Phong & Hoa, Trí & Phương, Dung & Cathy, Dũng & Danh, Kimmi & Laszlo.*

The Famine of the Year of the Rooster (Ất Dậu) was a massive starvation crisis that struck Northern Vietnam between October 1944 and May 1945, claiming the lives of approximately 400,000 to 2 million people.

Amidst this wartime famine, my father, who was working as a teacher, was forced to quit his job; day after day, he pushed an oxcart to collect corpses and transport them to mass graves for burial. My mother tried making "bánh chưng" (traditional glutinous rice cakes) to sell, but those desperate with hunger would simply rob her of her entire stock. Worn down by physical weakness and sheer exhaustion, my mother passed away in late 1944, barely 32 years old.

There were five siblings in our family: the eldest was my sister Nguyệt, who was only about 12 years old when Mother died, followed by my brother Nhật (10 years old), my brother An (7 years old), myself (nearly 4 years old), and Việt, the youngest, who was not yet one year old.

After Mother passed away, Nguyệt had to look after us just as a mother would. Despite being only 12 years old herself, she had to care for four younger siblings, one of whom was still an infant, wetting the bed and soiling his diapers every single night.

Due to the famine and the dire state of unemployment in the North, Father decided to head south to Saigon. He hoped to enlist the help of his older brother, my Uncle Tham Chân, who was then serving as a Forestry Inspector, to find work. To lighten the burden on Nguyệt, Father arranged for each of us children to be sent to a different home: Nguyệt was taken in by Uncle Lý, Mother's older brother, who was serving as the Village Chief of Quỳnh Lôi. Since Quỳnh Lôi was adjacent to our own village of Bạch Mai, it was not a great distance away. My brother Nhật was sent to live with Uncle Hoàng, Dad's youngest brother, who resided on Hue Street, while my brother An was sent to live with Aunt Hiền, Dad's youngest sister, a merchant in Phủ Lý, to be adopted. My younger brother Việt and I were still too young; no one would adopt us because we were unable to help with any chores, so we remained with our paternal grandmother, who had a grandchild from her native Hưng Yên province staying with her to assist with the housework.

Our home was in Bạch Mai village, adjacent to Quỳnh Lôi village; consequently, I would occasionally walk over to Uncle Lý's house to visit my sister Nguyệt. She would lead me into Uncle Lý's banana storehouse, where I could eat my fill of bananas to my heart's content.

I lived with my grandmother for just over a year before she passed away. Upon receiving the news of her death, my father traveled from Saigon back to Hanoi. He wept bitterly, inconsolable that he had not been able to see his mother one last time. My father told us that Uncle Tham, his older brother, had secured him an excellent position as the superintendent of a rubber plantation owned by a Frenchman. The plantation owner held my father in high esteem because, having attended the prestigious Albert Sarraut School, my father spoke French with absolute fluency.

The plantation owner had even wished to offer his daughter's hand in marriage to my father; yet, my father chose to give it all up to return to Bạch Mai and be with us, his children.

After the Japanese forces were defeated and withdrew to their homeland, the French military returned to Indochina. Thanks to his Bachelor of Laws degree and several years of experience as a high school teacher, my father was appointed Chief Justice of the Vĩnh Yên Court.

My father arranged for my sister Nguyệt and me to accompany him to Vĩnh Yên first, with the intention of bringing our other brothers and sisters up to join us once we had settled into our new home.

The city of Vĩnh Yên was beautiful and peaceful. Every day, while my father was at work at the courthouse, my sister

Nguyệt and I would roam freely across the hillsides covered in rose myrtle bushes, picking and eating the berries to our hearts' content. Nguyet often wore a dark purple velvet "ao dai", with a jade necklace, a keepsake left by Mother, dangling around her neck. I wore Western-style suits and leather shoes; together, my sister and I truly embodied the image of "Young Master and Young Lady", figures of elegance that the people of Vinh Yen admired and praised.

Perhaps this was the most innocent and blissful period of our childhood. On weekends, Father would often take us to visit Uncle Doi Tan, his cousin, who owned a vast mulberry farm. We would watch Sister Hien and the other workers harvest mulberries to feed the silkworms. In the late afternoons, amidst the misty atmosphere of the highlands, we would gaze toward the Tam Dao mountain range and lose ourselves in thoughts of fairy tales and legends.

However, that idyllic time did not last long; on August 19, 1945, the Viet Minh successfully concluded their resistance campaign against the French, seizing control of eight northern provinces, including Vinh Yen. Father was compelled to join the Viet Minh ranks. Yet, the French military refused to concede defeat; French aircraft rained bombs down upon the provinces the Viet Minh had recently captured. Our family was forced to flee the city and seek refuge in the highlands. Our fine "Young Master and Young Lady" attire was discarded entirely, and we were left wearing only the simple brown garments of rural villagers. During our frantic flights to escape the fighting, my feet became so swollen that I could no longer walk; Nguyet had to place me inside a large carrying basket and shoulder me through dense forests and treacherous terrain. It was also she who tended the cooking fire and prepared hasty meals for Father and me to eat before the French bombers arrived overhead.

Due to the war, the road connecting Hanoi to Vinh Yen was severed, and we lost all contact with my older brothers, Nhat and An, and my younger brother, Viet. Aunt Loan, my mother's younger sister, exhausted every avenue and utilized every available route to reach us in Viet Bac. Unable to return to Hanoi, she was compelled to remain and live with us.

Finding it impossible to endure the constant presence of death and the severe lack of amenities, medicine, and provisions, my father decided to hire a boat and crew to make a clandestine escape back to Ha Dong via the waterways. On this perilous journey, in addition to my father, Aunt Loan, my sister Nguyet, and myself, there was also little Yen, my younger sibling, who had been given the name "Yen" specifically to commemorate her birth in Vinh Yen.

Thanks to his fluency in French, my father was provided, by a French garrison commander, with a "Traction" automobile to transport him, Aunt Loan, my sister Nguyet, myself, and little Yen directly back to Hanoi. That was in 1948. In 1953, my sister Nguyet got married and moved to her husband's home; yet, despite having a family and children of her own, she continued to look after her younger siblings, attending to everything from sewing clothes for us to arranging our marriages. We called her our "Second Mother."

NGUYEN DUC NAM
Fountain Valley, CA
12/24

■ 4. MY BROTHER: Nguyễn Đức An

My brother An is three years older than I am. We were both born at Bạch Mai Hospital (commonly referred to as the Bạch Mai Infirmary). Bạch Mai was a village dedicated entirely to the cultivation of white Apricot blossoms; in the spring, these flowers would bloom, blanketing the entire sky over the outskirts of Hanoi in a pristine white. We lived near the home of the Phạm Đình family, who would later go on to form the renowned Thăng Long musical troupe, and close to the home of my maternal uncle, the writer Nguyễn Đình Lạp, author of the short story "Ngoại Ô" (The Suburbs).

There were five siblings in our family: the eldest was my sister Nguyệt; the second was my brother Nhật; the third was my brother An; and I was the fourth. My father named my brothers An and Nam because, at that time, our country was known as An Nam. Thus, we represented the Sun and the Moon shining upon our homeland, the nation of An Nam. After me, my mother gave birth to a younger brother named Việt, the youngest of us all, for shortly after giving birth to Việt, my mother passed away from postpartum complications in late 1944; at the time, I was just over three years old.

I was unaware that my mother was gravely ill, as I was being looked after by a nanny, who had traveled from Hưng Yên (our paternal ancestral home) up to Hanoi, to care for both me and my baby brother, Việt.

On the day my mother passed away, I remained completely oblivious to what was happening; I was still playing with the neighborhood children when my nanny called me home to change into mourning clothes. We walked behind the hearse, escorting my mother to the cemetery located in Quỳnh Lôi village. My brother Việt was still an infant, not yet able to walk, so our nanny carried him as she followed the procession. I held a walking stick, unsure of what I was supposed to do; I felt an urge to challenge my brother An to a mock swordfight, but seeing him weeping inconsolably, I decided against it. I do not remember much about my mother's funeral; I recall only the black hearse, pulled by four horses with their heads draped in black cloth, carrying the coffin in which my mother lay sleeping, out to a cemetery situated amidst the fields of Quỳnh Lôi village, right next to Bạch Mai village...

Later, as I grew up, I learned that my mother had passed away in 1945, just as the Great Famine of the Year of the Rooster (Ất Dậu) was beginning, a catastrophe that claimed the lives of millions of our compatriots. My mother died from sheer exhaustion; she had been forced to sell "bánh chưng" (traditional glutinous rice cakes) to support her husband and children, despite her frail health and her lack of familiarity with such arduous labor, staying up late into the night to wrap the cakes and rising at dawn to go out and sell them. She was compelled to toil so relentlessly because my father, who had been working as a teacher, had lost his job and was spending his days pushing an oxcart through the streets, collecting the bodies of those who had starved to death.

After my mother passed away, my father sent my siblings and me, each to a different location, so that he could travel south to seek employment through Uncle Tham, his elder brother, who was then serving as an Inspector for the Forestry Department. My sister Nguyệt, who was about twelve years old at the time, went to live with Uncle Lý, my mother's elder brother, who served as the Village Chief of Quỳnh Lôi. My brother Nhật was sent to live with Uncle Hoàng, my father's younger brother, in the Phố Huế district.

Uncle Hoàng was the son-in-law of the esteemed Mr. Đinh Sơn, a member of the renowned and wealthy Đinh clan of Hanoi. My brother An was taken in by Aunt Hiền, my father's youngest sister, who was living in Phủ Lý. Việt and I were still too young for anyone else to take us in, so we remained at my father's house, living with our paternal grandmother and our nanny, a young woman from Hưng Yên who happened to be our grandmother's niece. Since my father's house and Uncle Lý's house were not very far apart, I would occasionally walk over to Uncle Lý's place to visit Nguyệt; while there, I would venture into his banana storehouse and eat my fill of bananas. I rarely had the opportunity to see my brothers, Nhật and An. One year, when the famine seemed to have subsided, my brother An returned to Bạch Mai from Phủ Lý. He was gaunt and deeply tanned. He explained that he had been forced to herd buffaloes for the family of Mr. Phú Hộ, an acquaintance of Aunt Hiền. Phủ Lý was currently flooded, making it impossible to herd livestock or farm the fields; consequently, he had run away and hitched a ride back to Hanoi from Phủ Lý. Upon seeing how dark and emaciated he looked, Grandmother embraced him and wept. "Good heavens! That Hiền woman has tormented my grandson! That's it, you're not going anywhere else! You're staying right here at home with Grandma."

From that moment on, my brother An and I were able to be close to one another, living together under Grandmother's care. Grandmother sold her jewelry and clothing to earn the money to support us siblings until the day she passed away. About a year after Grandmother's death, my father returned home from Saigon. He wept until he had no tears left, heartbroken that he had not been able to see Grandmother one last time. Father told us that Uncle Tham had found him an excellent position as an overseer at a French-owned rubber plantation. Because Father had attended the prestigious Albert Sarraut School and spoke fluent French, the French director had taken a great liking to him, so much so that he even wished to offer his own daughter's hand in marriage to him. Nevertheless, Father gave it all up to return to Bạch Mai and be with us.

We continued to live in Bạch Mai until I entered the fourth grade at Quang Trung School (located on Hàng Kèn Street); at that point, our family moved to Phố Huế (Duy Tân Street).

We have so many childhood memories, all of them beautiful, that I could not possibly recount them all within the confines of a single short article. I hope, one day, to write a full memoir chronicling my childhood, the village of Bạch Mai, the city of Hanoi, and my brother. For now, I would like to share a few of my works, along with some cherished memories of the literary and artistic activities I shared with my brother in the Washington, D.C. metropolitan area.

4a. NGUYEN DUC AN (Musician):

My brother, Nguyen Duc An, was a physician, but he was also a musician.

Brother An began his studies at the National School of Music of Vietnam in 1956 and graduated in 1959. At that time, the National School of Music was located on Pham Dang Hung Street in Dakao; since our home on Nguyen Binh Khiem Street was less than half a kilometer away, we walked to school. I wanted to study the piano, but because our family was poor and could not afford to buy an instrument, I gave up on the piano and enrolled in guitar lessons instead. Brother

An studied traditional music, specializing in the "Dan Tranh" (the sixteen-string zither) under the tutelage of musician Nguyen Huu Ba. One of Brother An's classmates was Ms. Kim Oanh, who later became a teacher at the Gia Long Girls' High School and currently resides in Virginia.

During his medical studies, and later while serving in the Army Medical Corps, Brother An had no time to play music. It was not until he immigrated to the United States and settled in Florida that he resumed his musical pursuits, learning to play the piano, saxophone, and cello. He maintained a room adjacent to his medical office; whenever he did not have patients, he would often practice his instruments there.

He began composing music:

* His debut musical collection, "Tình Liễu Trai" (Love of Liễu Trai), comprises 10 songs set to poetry by Vũ Hoàng Chương, Đinh Hùng, Nguyên Sa, Ngọc Hoài Phương, Nguyễn Thanh Giản, and Quang Nhiếp; published by Sông Hồng Publishing House in 1989 and 1993.

* His second musical collection, "Đường Vào Tình Sử" (The Path to a Love Saga), features songs set to the poetry of the aforementioned poets, with the addition of TTKH, Mùi Quí Bồng, and Viên Linh; published by Sông Hồng Publishing House in 1995. "Tuyển Tập Tình Ca Y Giới" (A Collection of Love Songs from the Medical Community) features songs set to poetry by Lê Ánh, Mùi Quí Bồng, Nguyễn Thanh Bình, Trang Châu, Trần Việt Cường, and Nguyễn Duy Hảo; published by Mây Ngàn Publishing House in 2023.

4b. NGUYỄN ĐỨC AN (Writer)

His first work is the short story collection "Gió Hoang" (Wild Wind), published and distributed by Hồn Việt Publishing House in 1989. A launch event for "Gió Hoang" was organized by the Hồn Việt newspaper at the restaurant Phở Ngon, attended by numerous journalists and writers from California.

Writer Nguyễn Đức An has contributed to various publications, including Văn Nghệ Tiền Phong, Hồn Việt, Việt Nam Tự Do, Ngày Mai, Thời Báo, Dân Chủ Mới, and Khởi Hành.

Writer Nguyễn Đức An served as a Central Committee Member of the Vietnamese PEN Center Abroad (1994–1995).

The second work is the novel "After the Rain" (Sau Cơn Mưa), published by Xuân Thu Publishing House in Los Alamitos, CA, in 1995.

The third work, the short story collection "Đêm Hoa Đăng" (Night of the Lanterns), published by Sông Hồng Publishing House (FL) in 1996—was ceremoniously introduced in the Washington, D.C. metropolitan area alongside the music collection "Mưa Trên Thung Lũng Hồng" (Rain Over the Red Valley) by Nguyễn Đức Nam.

Singers Diễm Liên, Kim-Nga, and Nguyễn Đức Nam, Musician Phạm Tuân, Writer Nguyễn Đức An and his wife, and Musician Huỳnh Thái Bình, appearing in " ĐÊM HOA ĐĂNG"

Composer Trần Vĩnh Lạc, vocalist Nga Mi, and Trần Lãng Minh perform the piece "Mưa Trên Thung Lũng Hồng" opening the cultural program.

Diễm Liên in a musical piece by Nguyễn Đức An.

Thụ Nhân Thu Hiền, Kim-Nga, Phạm Ngọc Lâm, Ngô Tằng Giao and Thiên-Nga.

▪ ĐÊM HOA ĐĂNG

A Report by Uyên Thi
Kỷ Nguyên Mới Monthly Magazine

"Đêm Hoa Đăng" served as the theme for a cultural gala celebrating the launch of the anthology "Đêm Hoa Đăng" and the song collection "Mưa Trên Thung Lũng Hồng" by Nguyễn Đức Nam. The event took place this past Thanksgiving—November 29th—in the Washington, D.C. metropolitan area.

Friends from the North, hailing from places such as Montreal, Toronto, New Jersey, and Delaware, as well as friends from Southern California and Dallas, Texas, heeded the call to gather; like birds flocking together, they flew in days in advance to attend.

At 6:00 PM, nearly 300 friends from distant lands—joined by friends from the Capital region—had fully assembled in the ballroom of the luxurious Hilton Hotel. The guests were all dressed in fashionable attire; many of the ladies and young women wore graceful, flowing *áo dài*.

Following the banquet, the cultural program commenced at 8:00 PM and concluded at 11:30 PM.

After a segment introducing the love songs featured in the music collection "Mưa Trên Thung Lũng Hồng", the program shifted to the introduction of the anthology "Đêm Hoa Đăng" by Nguyễn Đức Nam. Writer and Attorney Ngô Tằng Giao—a fellow alumnus of the author from the Chu Văn An school—delivered a presentation on the "Đêm Hoa Đăng" anthology.

Writer and Attorney Ngô Tằng Giao concluded: "In a competitive world rife with negativity, the work "Đêm Hoa Đăng" serves as a breath of fresh air, instilling in readers a sense of hope and a renewed belief in the inherent goodness of humanity..."

Uyên Thi
Note: Please read the introductory piece on *ĐÊM HOA ĐĂNG* by Writer and Attorney Ngô Tằng Giao.

Two Brothers: Nguyen Duc Nam & Nguyen Duc An.

Nguyễn Đức An's fourth work is the short story collection "Em Ở Đâu", published by Sông Hồng Publishing House in 2011. The volume comprises ten selected short stories and spans nearly 190 pages. The publisher and friends in California had planned to organize a literary and artistic program to introduce "Em Ở Đâu" to coincide with Mr. Nguyễn Đức An's birthday in August 2024; regrettably, however, he has passed away.

His family, friends, and fellow alumni mourn his passing with profound sorrow. We pray that his soul may soon find eternal rest.

Nguyễn Đức Nam
OC-CA, June 2024

ADDENDUM TRANSLATION

■ 1. A Letter from Dang Huu Tho

Dear Nam,

Reading your memoir about the Fort Chaffee refugee camp, memories from 32 years ago suddenly came "surging" back to life. The six weeks I spent at Fort Chaffee were filled with both sad and happy memories. Beyond getting to hear Khanh Ly and Sy Phu sing, I also had the opportunity to hear Venerable Thich Giac Duc expound upon the truth of "Tu Dê Đề Huề" (literally: "Practicing the Goat Way"). It's true! Later, after he had successfully sponsored his wife's immigration from Vietnam, he left Giac Hoang Temple to continue preaching his "Goat Way" philosophy elsewhere. I recall the days I volunteered to pick up trash, as well as the days I returned from the Area A office—shouldering and carrying bags of supplies for the entire barracks—with my head bowed low, not daring to look anyone in the eye because the bags (which were made of clear plastic) were filled with boxes of Kotex sanitary pads for the women. Then there were those afternoons when, while out for a stroll, grotesque-looking black clouds would suddenly come swirling in from out of nowhere, bringing with them terrifying hailstorms. Upon hearing the call to take cover broadcast from the loudspeaker atop a Jeep (only now do I realize that was *your* voice, Brother Nam), I would dash frantically to find shelter—but it was already too late! Chunks of ice (some as large as ping-pong balls) would come crashing down—*thwack, thwack*—on my head, face, and body, causing excruciating pain. My thighs and knees were also left bruised and battered, as I had instinctively tucked my legs up while running, only to have a few large hailstones "pay special attention" to them. These physical pains, combined with the overwhelming sense of being in a strange and unfamiliar land, made those hailstorms in Arkansas an unforgettable experience for many former camp residents.

However, the thing I remember most vividly is... the "home-style meals" cooked by the young American soldiers (your students, Brother Nam) during those first few days at the camp. I set foot in Fort Chaffee on May 5th—about ten days after your group, Brother Nam, had taught them how to cook Vietnamese food. Our group was "stationed" in Zone A, at the very end of the camp (those who arrived later were assigned to Zone B, then C, and so on). During those initial days, only one or two "mess halls" were operational, staying open 24 hours a day to serve the stream of refugees being brought into the camp around the clock. Furthermore, newcomers were often roused from their sleep in the dead of night to undergo processing, and afterward... they were starving. Since we were situated at the far end of the camp, the four of us sisters had to drag our weary feet—unaccustomed as we were to walking long distances—for over a mile just to get a single plate of rice (slightly yellowed) mixed with salt. These young American soldiers, perhaps attempting to demonstrate their understanding of Vietnamese culture, would occasionally "change up the menu" to prevent monotony, serving us dry rice mixed with (a few scraps of) shredded fish—which reeked of fishiness. Since that was all there was, day after day, everyone simply had to grit their teeth and chew through those dry, parched grains of rice, heavily sprinkled with pepper (to mask the fishy smell).

Good heavens! I wonder what exactly "Mr." Nam had "propagandized" to those young American soldiers? My guess is that Mr. Nam must have "brainwashed" them into believing that Vietnamese people absolutely adore rice—and that, given Vietnam's coastline stretches for thousands of kilometers, every Vietnamese person is utterly obsessed with eating fish. Consequently, they happily served us plain rice... and, with affectionate solicitude, even mixed in a few scraps of shredded fish just to provide that authentic... fishy aroma.

A great deal of time has passed since then, and I have grown quite advanced in years, so my memory may not be entirely flawless. I can recall only two items on the mess hall menu. If you, Mr. Nam, or any of your comrades happen to remember any other "unique" dishes, please feel free to fill in the gaps. I would be most grateful. Fortunately for the people of DC, Nam did not pursue a career in cooking; instead, he became a gifted musician, a renowned writer and journalist, and an active community leader. But where are the other officers from his unit now, and what do they do for a living? I earnestly—and quite sincerely—beg you to let me know, so that... I can avoid eating out, should the need arise.

Sincerely,
ĐH Thọ

■ 2. A letter from Liên Hoa (Class K4CTKD/Da Lat)

Nam writes with such clarity and fluency that readers are compelled to keep reading his stories.

I (LH) am currently in Newport Beach, visiting my daughter and my 12-year-old grandson. However, I wasn't sure if the July gathering would actually take place—since the announcement came so late—so I returned to Vancouver in early June. I'll be coming back again toward the end of October, though—*hehe*!

Congratulations to you and your wife on the arrival of your grandson; what a joy he must be, bringing such happiness to your home! Seeing Christina—or *Thiên Nga*—I'm struck by how she is not only bright and beautiful but also so well-behaved. You two are truly blessed. Congratulations!

Sincerely
LH

■ 3. A Letter fromTống Minh Long Quân

Thank you, Nam, for sending that piece about the journalism profession; it sent me drifting back into memories of the old days. I must say that journalism isn't merely a job—it is a vocation, a calling. Back when I was a university student in Da Lat, I wrote for a newspaper called *Tùng Uyên*—published by a Catholic priest who served as its editor-in-chief—and I would occasionally receive a modest stipend in royalties. Later, *Sóng Thần*—a newspaper based in Saigon—reached out to me in Da Lat, inviting me to collaborate with their local bureau here and offering to pay me on a per-article basis. I was absolutely thrilled; as a poor student, any bit of extra cash brought me immense joy. Then came an occasion when several Saigon-based newspapers published articles leveling accusations against the Director of the Da Lat General Hospital. *Sóng Thần* asked me to go interview him and write a report. I went to conduct the interview, but I was completely won over by the doctor's upright and sincere manner of speaking; I became convinced that he was being unjustly maligned. Consequently, the article I wrote served as a rebuttal to the arguments put forth by those other Saigon newspapers at the time. Everyone was astonished; they wondered who this "TV" character was—had I taken a bribe from the doctor to write a glowing piece about him? Yet, the whole controversy eventually died down; no one "attacked" the doctor anymore, largely because—as a local resident—I was able to speak with factual accuracy. Afterward, *Sóng Thần* invited me to move to Saigon to work full-time at their editorial office, offering me a handsome salary. To land a job with such a relatively high income while I was still in the midst of my university studies felt like an incredible stroke of luck; I was so overjoyed that I resolved to move to Saigon and take the position—even though my father was so furious about my decision that he threatened to disown me! I promised that I would continue my studies in Saigon.

Upon entering the field of journalism, however, I witnessed the darker side of the profession and became disillusioned; consequently, I resigned from *ST* and followed Bich Van—who later became a special correspondent for Radio *Mẹ Việt Nam* (Mother Vietnam)—to the *Saigon Post*. It was during this time that I came to know Le Thiep, who was then serving as *ST*'s special war correspondent.

Eventually, I left journalism altogether because my older sister opened a gold shop catering to the Joint Ceasefire Control Commission at Tan Son Nhat Air Base and insisted that I join her to help out. My role was limited to soliciting advertisements for various Saigon newspapers, earning a commission in return. Back in those days, securing ad placements was quite lucrative, especially if one had connections with major corporations such as Michelin, the Larue Brewery, or Hynos Ice Cream, among others.

After settling in Canada in 1980, I penned a few pieces titled "A Visit to Hanoi in 1978" and submitted them to the *Van Nghe Tien Phong* newspaper in Virginia, along with several chapters of a detective story adaptation. It was Mr. Nguyen Thanh Hoang himself who encouraged me to pursue writing and invited me to collaborate; however, I had to decline his offer, as I was overwhelmed with my schedule—attending university classes at night while working full-time during the day left me utterly exhausted.

The story of my time in journalism is a long one, Anh Nam. Yet, back when we were students in Da Lat, our group regarded you as a deeply respected older brother—a man of both gentleness and kindness who would wholeheartedly assist us with whatever we asked.

It was only after moving to this side of the world that I had the opportunity to befriend the writer Tra Lu (Tran Trung Luong)—formerly a professor at the Saigon University of Pedagogy. He became the second "older brother" figure whom I held in high esteem.

As for female writers, I particularly admired—and was quite "enchanted" by—the writer Tieu Thu: a beautiful woman whose writing style was characterized by its simplicity and gentle grace (a stark contrast to my own rather brash and irreverent style). She was a literary figure who possessed both physical beauty and a beautiful character—truly one of my all-time favorite writers. I wrote for newspapers, yet I rarely let anyone know that I was a female writer. It wasn't until my husband passed away—and his obituary was published far and wide—that people were completely floored: "Wait... so this guy, Tống Minh Long Quân, turns out to be a woman?" Ha... ha...

▪ 4. A Letter from CVA Alumnus Dinh Tien Dung (a.k.a. Dinh-Lang)

Dear friend Vu An Thanh and all my cherished friends,

I have read numerous opinions and comments from many people following the circulation—via email and Facebook—of the short story titled "VAI PHỤ" (The Supporting Role) by the writer known as "the poorest in the land," Nguyen Duc Nam. However, it is only today that I finally speak up to declare: "This is not a work of literary fiction; rather, it is a 100% true account—recorded by the author himself—of events that actually took place exactly 60 years ago in Saigon (1957). Indeed, I personally witnessed this entire story from beginning to end!" My connection to this tale dates back to the time when Nguyen Duc Nam and I were two close friends and classmates at Nguyen Trai School (Saigon, 1954–1958), a bond that continued as we advanced together to study at Chu Van An School (Saigon, 1959–1961). During this period—aside from our studies aimed at earning the "Cậu Tú" degree like everyone else—my friend and I also served as editors for the *Student Supplement* of the daily newspaper *Ngôn

Luận*. This publication, dedicated exclusively to students in South Vietnam (RVN), was overseen by the renowned detective fiction writer Kỳ Phát Phạm Cao Củng. Its roster of contributors consisted entirely of students from prestigious schools such as Chu Văn An, Nguyễn Trãi, Trưng Vương, Gia Long, and others. These included writers like Y-Dịch (Lê Đình Điểu of Chu Văn An), Nguyễn Đức Nam (CVA), Hoài Phi (CVA), and myself (Đinh Tiến Dũng of CVA, writing under the pen name Đinh-Lang); as well as female student writers such as Bích Huyền, Hồng Thủy, Hương Kiều Loan (Trưng Vương), Song Hà (Gia Long), and Lệ Mai. Artists Văn Hiếu and Huy Tường, the resident illustrators for the *Ngôn Luận* student supplement, created the cartoon series "Bé Ngôn and Bé Luận." The characters in this series were modeled after actual members of the editorial board—specifically "Sister Huyền" (Bích Huyền) and "Little Lệ Mai" (the student writer Lệ Mai—a student at Thánh Mẫu School in Saigon—who is known today as the singer Khánh Ly). As for the two titular characters, "Bé Ngôn" was the caricature of Đinh-Lang (myself), while "Bé Luận" represented Nguyễn Dức Nam (the author of the short story *Vai Phụ*—"The Supporting Role"—which is attached here).

The events recounted in this story are based on real life, and the characters—My, Mẫn, and Huỳnh—are actual people. (Their names have been altered—either by rearranging letters or omitting a few—but for those with a keen eye, it should be obvious who they represent.) Furthermore, the characters featured in the short story *Vai Phụ* are still alive today, living in exile in the United States. I know their true identities well, but I do not feel it appropriate to reveal them publicly without the explicit consent of my friend, Nguyễn Đức Nam—even though more than sixty years have passed since those days!

So, here is a challenge for you: take a guess!

1/- Who is Mẫn?

2/- Who is Mỵ?

3/- Who is Huỳnh????

With warm regards, and wishing everyone joy, youthfulness, and good health,

CVA ĐINH TIẾN DŨNG (a.k.a. Đinh-Lang)
Dallas, Texas, USA.

■ 5. A note from Vũ An Thanh

How pitiful!

It must feel terribly lonely to be a "supporting character"—deprived and disadvantaged in every way.

■ 6. From Trương Quốc Sủng

What could be more blissful than this: "to be granted the intimacy of a goddess-like figure for the entirety of a spring season—that alone is enough to feel truly fulfilled."

Life is beautiful, and it is not measured by the number of breaths we take, but by the moments that take our breath away... &

Our life cannot always be full of happiness, but it can always be full of love.

Quốc Sủng

■ 7. A Letter from Minh Nguyễn

Dear Anh Thanh,

I believe you have correctly guessed the identity of the "Supporting Character." The role of "Mỵ" is likely obvious to everyone—just as Ms. Bích Huyền has already plainly interpreted it. However, regarding the role of "Huỳnh"—the student studying abroad—many are still in the process of "diagnosing" his identity.

I would like to suggest that the person playing the "Supporting Role" is, in fact, the *protagonist*—the lead character—because this figure is present and "reaping the benefits" from beginning to end... whereas there are actually *two* "Supporting Characters." Reading the following passage will make this clear:

"As the car drove past the sidewalk along Lê Lợi Street, Mẫn spotted Mỵ walking hand-in-hand—skipping along like a pair of young lovebirds—with a fellow who looked exactly like himself. It was an image reminiscent of Huỳnh and Mỵ in days gone by, and an image mirroring Mỵ and Mẫn over the past few months. The young man resembled both Huỳnh and Mẫn in every detail—from his physique, his hair, and his facial features, right down to his white-rimmed glasses, his clothes, and his shoes.

Mỵ had successfully constructed a *third* 'Huỳnh' to take the place of the *first* Huỳnh, and the *second* Huỳnh (who was Mẫn). Mẫn no longer had any reason to continue playing the role of a mere shadow in Mỵ's romantic life. Mẫn had become superfluous. Mẫn smiled a bitter smile, thinking to himself that the time had finally come for his role as a supporting actor to end—right here and now." Minh Nguyen

Dear Minh Nguyen and Friends,

Thank you, Minh, for your very accurate observations: Huynh did indeed go abroad to study and later returned to Vietnam, where he is no longer active in the arts.

The second "Supporting Character"—who appeared only fleetingly in the final section—immigrated to the U.S. in 1975, settled in Virginia, and has since passed away from cancer.

Huynh did go looking for My upon his return to Vietnam, but—as she told him—"Oh, my dear, our romance has passed us by": My had already married and had children!

As a "Poor Writer" who must toil away to support a wife and young children, I simply do not have much time to recount

further intriguing tales regarding this "Supporting Character."

I hope to write more on the subject in the near future.

Nguyen Duc Nam
The Nation's Poorest Writer: Nguyen Duc Nam

▪ 8. A Letter from Phan Trong Han - Class K11

Dear Brother Nguyen Duc Nam,

Reading through the memoirs and reportage you are currently sharing with everyone, I—Han—find myself recalling our time at the Fort Chaffee refugee camp during those final days of April 1975—specifically, the moments after dinner, when we would eagerly await the evening's cultural performances!

The Vietnamese-language newspapers, and those evenings of entertainment featuring singers like Khanh Ly and Sy Phu... were truly memorable experiences for us refugees fleeing communism back in those days.

I also recall that, later on, the singer Phuong Hoai Tam—along with her husband and children—arrived at Fort Chaffee and even stayed in the very same barracks as us...

PTH

■ 9. A Email from CHU XUÂN VIÊN - CVA

Wed, Dec 6, 2017 at 5:31 PM

Dear Nguyen Duc Nam,

These are precious images that deserve to be carefully cherished and preserved.

CXV

■ 10. A Letter from TRẦN ĐỖ PHƯƠNG LAN

When you graduated from the Saigon Faculty of Letters, my generation had not yet been born. However, because you were a senior classmate of my sworn sister, Ngọc Tịnh—and following her lead—I, too, addressed you as "Anh" (Brother): the musician, prose writer, and poet Nguyễn Đức Nam.

Born in Bạch Mai Village, Hanoi.

Raised in Saigon, you began composing poetry, writing prose, and crafting short stories while still a student at Chu Văn An High School.

You contributed to newspapers such as *Ngôn Luận*, *Điện Ảnh*, *Kịch Ảnh*, *Khởi Hành*, *Sống*, and *Tiếng Vang*, as well as numerous literary and arts magazines in Saigon.

Upon graduating in 1965, you were conscripted into the 21st Class at the Thủ Đức Reserve Officers School. After completing your training, you were transferred to serve in Đà Lạt. There, while holding the dual roles of Ordnance Lieutenant and Vietnamese Literature teacher at the semi-public Quang Trung School (which later split into two separate schools for boys and girls: Trần Hưng Đạo and Bùi Thị Xuân), you continued to compose music, write poetry, and pen articles to be sent weekly to editorial offices in Saigon—doing so despite your father's objections, as he did not wish for you to follow the path of journalism taken by your paternal uncle, the renowned journalist Nguyễn Đức Quỳnh.

In 1967, while still stationed in Đà Lạt, you enrolled in the 5th Class of the Business Administration program there.

During that era, the ranks of young writers included figures such as Đinh Lang (father of singer Diễm Liên), Ngọc Hoài Phương (assistant to the editor-in-chief of the daily newspaper *Thời Luận*, and later the publisher of *Hồn Việt*), Bích Huyền (mother of announcer Uyển Diễm), Hoài Ngô, and others. As for Nguyen Duc Nam, during the 1960s, he was already a highly renowned young writer, distinguished by published works such as *Những Thần Tượng Mới* (New Idols—published by Màn Ảnh, 1964), *Những Khuôn Mặt Trẻ* (Young Faces—published by Thứ Tư Truyện Hay, 1967), *Một Sáng Trong Sương* (A Morning in the Mist—published by Thái Độ, 1969), *Vết Thương Tuổi Ngọc* (The Wound of Youth), *Những Chiều Hoang Dại* (Wild Afternoons), and others. He also released several musical compositions, including *Ban Đêm Miền Sương Mù* (Night in the Misty Region, 1966), *Dáng Ai Bên Hồ* (A Silhouette by the Lake, 1968), and *Phố Mưa* (Rainy Street, 1971).

His musical pieces were performed by the renowned singer Khanh Ly and broadcast on Radio Dalat in 1968. The song *Buồn Tháng Mưa* (Sadness of the Rainy Season)—a musical setting of a poem by Ngoc Hoai Phuong—was performed by the singer Thanh Truc (mother of the singer Thien Kim) in 1969.

Sylvie Hằng—a novel by Nguyen Duc Nam—captivated readers who eagerly followed its serialization in the newspaper *Sống* during that era. However, the story had to be cut short midway through its run when he was promoted to the rank of Captain and sent to the United States for advanced training in Maryland in 1974. Following April 30, 1975, he served with the U.S. Army's 96th Civil Affairs Battalion at Fort Chaffee (Fort Smith, Arkansas), where he held responsibilities in interpretation and journalism, overseeing the publication of *Tân Dân*—a daily newspaper distributed within the refugee camp. He also organized the "Singing for Refugees" program, featuring performances by Khanh Ly, Sy Phu, and Billy Trung.

In early 1976, he returned to Washington, D.C., where he studied Hotel Management at the University of Washington.

He subsequently became one of the most active and prominent figures among the early Vietnamese diaspora, playing a pivotal role in organizing community-oriented cultural and artistic events. The song "Giấc mơ hồi hương" (The Dream of Returning Home), performed by Băng Tâm, has moved countless Vietnamese exiles to tears with its poignant evocation of homesickness.

Holding a degree in Hospitality Management, he served as a manager for the Hyatt hotel chain from 1976 to 1993, for Renaissance from 1993 to 2000, and for Hilton from 2000 to 2014.

He also oversaw financial operations for two major broadcasting networks: Mutual Broadcasting and NBC.

Despite the demanding nature of these full-time professional roles, he still found the time to serve as Assistant Editor-in-Chief of *Ngày Mai* magazine (based in Southern California), subsequently founded the *Ngày Mai* Publishing House (in Alexandria, VA), and served as the Publisher of the *Quân Cụ* Bulletin.

Throughout the period from 1976 to 2018, the residents of Virginia came to know him not only as a veteran manager within the hospitality industry but also as a distinguished writer, poet, and musician. He was always ready to step forward and organize high-caliber cultural and artistic events aimed at nurturing talent and showcasing Vietnamese artists to the broader American community.

He organized various programs such as "Singing for Refugees," "Autumn Love Songs," "Love Songs of Trường Sa," and the "Đỗ Đình Phương Guitar Recital." He also produced the launch of a poetry collection by Hoàng Thượng Dung—poems that had been set to music by renowned composers including Nguyễn Hiền, Từ Công Phụng, and Châu Đình An.

Furthermore, he organized cultural fundraisers to provide aid to victims of Hurricane Katrina.

Most notably, on the evening of November 9, 2010, he organized a concert honoring Professor Lê Văn Khoa. He made a significant personal sacrifice—spending a considerable amount of his own money to subsidize the event—to ensure its success. Ticket prices were kept affordable, ranging from just $35 to $45 (and only $15 for students from NOVA College), thereby enabling young people to attend this truly unique and historic concert. The financial burden was immense, as he personally oversaw every detail—from A to Z—for a contingent of 100 musicians invited all the way from Ukraine to perform, thereby granting Professor Lê Văn Khoa the opportunity to conduct a Ukrainian symphony orchestra in Washington, D.C., the capital of the United States. Accompanying Professor Lê Văn Khoa were a group of Vietnamese singers: Ngọc Hà (Professor Lê Văn Khoa's wife), Lê Hồng Quang, Bích Vân, Kim Lê (Professor Lê Văn Khoa's daughter), and Phạm Hà.

Thanks to this concert—which he organized—Professor Lê Văn Khoa and his family received a tremendous spiritual gift in the nation's capital, Washington, D.C.

Reflecting on the event, Mr. Nguyễn Thanh Nhàn—a member of the first graduating class of the School of Politics and Business at the University of Đà Lạt—offered the following remarks about him: "Accomplishing the work that Nguyễn Đức Nam has undertaken requires a rare individual—one who possesses both the soul of an artist and the spirit of a knight. The artist, once inspired, embraces a vision and pursues it with unwavering determination until it is fully realized; the knight, once committed, dares to make personal sacrifices for the cause he champions. Nguyễn Đức Nam's organizing team is comprised entirely of exceptionally talented individuals. Were it not for this specific group, it would be a very long time before the Washington, D.C. area could host a musical event of such caliber."

Those who have lived and studied in the city of Đà Lạt...

Most people who have lived in Da Lat harbor, to varying degrees, sentimental memories of this city. However, these memories—much like the bittersweet pangs of longing and nostalgia—often come and go as fleetingly as a gentle drizzle.

Mr. Nguyen Duc Nam, however, did not let his fond recollections simply fade away; instead, he composed and published a collection of poetry and music titled *Mưa Trên Thung Lũng Hồng* (Rain Over the Pink Valley) to forever immortalize the emotions and sentiments of an unforgettable chapter of his life spent in this beloved "City of Mist."

He leads a life defined by loyalty—living for the sake of his friends and dedicating himself to them. As writer Hong Thuy observed: "Nguyen Duc Nam treats his friends with such kindness and genuine sincerity that he is cherished by everyone."

He views musical composition primarily as a personal pastime, and consequently, he rarely concerned himself with promoting his works to the public. Yet, renowned composer Ngo Thuy Mien offered this glowing assessment of his music: "I am particularly fond of the songs *Buồn Tháng Mưa* (Sadness in the Rainy Month), *Một Đời Nhớ Thương* (A Lifetime of Longing), and *Mưa Trên Thung Lũng Hồng*... The musical themes are beautiful and gentle, while the compositions are structurally cohesive. The lyrics are elegant and deeply romantic. Da Lat is also the city I cherish most, second only to Saigon. Thank you for sharing your 'Da Lat—A Realm of Fond Memories.' I must say, it has been a very long time since I last heard music that resonates so perfectly with my own sensibilities; I can listen to these songs endlessly without ever growing tired of them."

Eventually, urged on by numerous friends—including Truong Ky and Ngo Thuy Mien—he officially introduced his musical collection, *Mưa Trên Thung Lũng Hồng*, at the Renaissance Arlington Hotel in Virginia in 1996.

In April 2004, his CD *Một Đời Nhớ Thương* was launched at the Saigon House Restaurant in Virginia, featuring performances by such celebrated vocalists as Thai Hien, Thai Thao, La Suong Suong, Diem Lien, Nguyen Khang, and Tuan Ngoc.

He remained deeply attached to this picturesque state of Virginia throughout the years spanning from 1974 to 2019. His grand piano has been by his side for decades, sharing in the myriad emotions of his playing, singing, and composing. Yet, in 2020, he decided it was time to bid it farewell and relocate to California—the sun-drenched Golden State. Although retired, he remains busy with poetry, journalism, musical composition, and teaching golf.

This coming Saturday, October 23rd, he will launch a collection of musical works—composed between 1966 and the present day—at the Diamond 2 Restaurant.

It is truly a privilege to read his writings—such as the piece titled "Singing for Refugees," excerpted from *Kỷ Nguyên Mới* (New Era) Issue No. 79—or to perform the lyrical melodies and verses he has crafted from the 1960s to this very day.

THE VOICE OF YESTERYEAR
(Lyrics 1: Hoàng Anh Tuấn
Lyrics 2: Nguyễn Đức Nam
Music: Nguyễn Đức Nam)

MỤC LỤC | CONTENTS

Liên lạc tác giả:
nguyenducnam@yahoo.com
(703) 901-9807

Liên lạc nhà xuất bản:
hanle.3359@gmail.com
(408)722-5626

www.ingramcontent.com/pod-product-compliance
Lightning Source LLC
LaVergne TN
LVHW050653051026
849532LV00002B/628